अभिप्राय

नॉस्त्रादेमसच्या महानिर्वाणाला १९६६ साली चारशे वर्षे पूर्ण झाली. या चारशे वर्षांत त्याने कथन केलेली सुमारे साडेतीनशे भाकिते तंतोतंत प्रत्ययाला आल्याचे म्हटले जाते. उर्वरित साडेचारशे चतुष्पदी प्रत्ययाला यायच्या आहेत. तिसरे महायुद्ध, चौथे महायुद्ध, इस्त्रायल-इजिप्तचे भवितव्य, जैविक युद्ध, महायुद्धाचा शेवट, सात चांद्रचक्रांपैकी सातवे चांद्रचक्र, चौथे महायुद्ध, पृथ्वीचे भवितव्य वगैरे बऱ्याच जागतिक स्तरांवरील घडामोडींची सदर पुस्तकात उकल केली गेली आहे.

दैनिक सामना, कोल्हापूर, २८-९-२००३

आपल्या
स्नेहीजनांना
पुस्तके
भेट द्या

नॉस्त्रादेमसची भविष्यवाणी

डॉ. सुरेशचंद्र नाडकर्णी

मेहता पब्लिशिंग हाऊस

Please contact us at **Mehta Publishing House,** Pune 411030.
✆ +91 020-24476924 / 24460313 / Mob. No. 9545000513
Email : production@mehtapublishinghouse.com
Website : www.mehtapublishinghouse.com

- *या पुस्तकातील लेखकाची मते, घटना, वर्णने ही त्या लेखकाची असून त्याच्याशी प्रकाशक सहमत असतीलच असे नाही.*

NOSTRADEMASCHI BHAVISHYAVANI
by Dr. SURESHCHANDRA NADKARNI

नॉस्ट्रादेमसची भविष्यवाणी : डॉ. सुरेशचंद्र नाडकर्णी / लेखसंग्रह

Email : author@mehtapublishinghouse.com

प्रकाशक : सुनील अनिल मेहता, मेहता पब्लिशिंग हाऊस,
१९४१, सदाशिव पेठ, माडीवाले कॉलनी पुणे – ४११ ०३०.

अक्षरजुळणी : एच् एम् टाइपसेटर्स, ११२०, सदाशिव पेठ, पुणे – ४११ ०३०.

मुद्रक : ट्रिनिटी अॅकॅडमी फॉर कॉर्पोरेट ट्रेनिंग लिमिटेड

मुखपृष्ठ : चंद्रमोहन कुलकर्णी

प्रकाशनकाल : ऑगस्ट, २००३ / ऑक्टोबर, २००४ / मार्च, २००८ /
मार्च, २०११ / मार्च, २०१४ / पुनर्मुद्रण : एप्रिल, २०१८

किंमत : ₹ १४०

P Book ISBN 9788177664126
E Book ISBN 9789387319752
E Books available on : amazonkindle Apple Books Google Play Books

---

* पायरेटेड पुस्तकांची खरेदी-विक्री हा कायद्याने गुन्हा आहे आणि अशा गुन्ह्याविरोधात कायदेशीर कारवाई होऊ शकते.

डॉ. ए. एस्. ऊर्फ अरविन्द फडके

अत्यंत अचूक निदान आणि सुयोग्य उपचारांबद्दल
देशात आणि देशाबाहेरही कीर्तिमान असलेले,
पुण्यातील
महाराष्ट्र मेडिकल फाउन्डेशनचे संस्थापक,
जोशी हॉस्पिटल आणि रत्ना हॉस्पिटलचे प्रवर्तक,
फिजिशिअन, नेफ्रॉलॉजिस्ट :
मेडिसिनचे मानद प्राध्यापक
सतत कार्यरत राहूनही सदैव हसतमुख आणि मदतीसाठी तत्पर असलेल्या,
विज्ञान क्षेत्राइतकाच काव्य-साहित्य-संगीतादी कलाक्षेत्रात रममाण होणाऱ्या
या माझ्या प्रिय मित्रास व त्याच्या अकृत्रिम स्नेहास–

डॉ. सुरेशचंद्र नाडकर्णी

मनोगत

"-अन् असं घडत गेलं..."

... विसाव्या शतकाचं चौथं दशक संपत आलं होतं... प्राथमिक शालेय शिक्षण संपवून माध्यमिक शिक्षणाच्या इंग्रजी माध्यमाच्या शाळेत पदार्पण करण्याचा कालखंड होता तो... सभोवतालच्या साऱ्याच गोष्टींबद्दल कुतूहल वाटण्याचा बालपणीचा रम्य काळ... कितीतरी स्मृतिचित्रं मन:चक्षूंसमोर तरळून जातात...

... गोऱ्या साहेबाबद्दल दबदबा वाटण्याचा, इंग्रजी भाषेबद्दल अतीव कुतूहल वाटण्याचा काळ होता तो... केव्हातरी आकाशवाणीवरून कानी पडणारी– अन् अर्थातच न समजणारी चौरंगी (Quadrangulars) क्रिकेट सामन्यांची धावती समीक्षणं आणि रोज घरी येऊन पडणारा टाइम्स ऑफ इंडिया या प्रतिष्ठेच्या इंग्रजी दैनिकाचा भला मोठा अंक... तोही अर्थातच फक्त वडीलधाऱ्या मंडळींसाठीच असायचा... चुकून कधीतरी संधी मिळाली तर त्यात छापलेली चित्रं पाहून करमणूक करून घ्यायची इतकंच काय ते...

... त्याच सुमारास दुसरं महायुद्ध सुरू झालं... जर्मन युद्धतंत्राचा सर्वांनीच धसका घेतला होता... त्या वेळी फ्रान्सने ईशान्य सीमेवर मॅजिनो (Maginot) नदीच्या किनाऱ्यालगत बांधलेल्या ऐतिहासिक आणि अती भरभक्कम तटबंदीची कितीतरी छायाचित्रं छापून येत असत... वडीलधारी मंडळी त्या तटबंदीची शिवरायांच्या गडकोट बांधणीसमवेत तुलना करीत असत... सर्वथैव अभेद्य असल्याचा अभिप्राय व्यक्त करीत असत... आम्ही लहानगी मंडळी केव्हातरी गुपचुप ती छायाचित्रं न्याहाळीत असू... अती रुंद दगडी भिंती, त्यांत छोट्या-छोट्या झरोक्यांतून डोकावणाऱ्या तोफांची अक्राळविक्राळ तोंडे ... मग या तोफा अधिक मोठ्या की विजापूरची 'मुलूख-मैदान अथवा झामझामा' तोफ अधिक मोठी या चर्चेत आम्ही स्वत:ला हरवून बसत असू...

वडीलधाऱ्यांच्या बोलण्यात केव्हातरी नॉस्त्रादेमसच्या भविष्यकथनाचा विषयही डोकावत असे आणि अंतिम विजय जर्मनीचा की दोस्त सेनेचा होणार यात सारी सायंकाळ सरून जात असे. काही वडीलधाऱ्यांच्या पाहण्यात 'प्रोफेतिक्स द मायकेल नॉस्त्रादेमस' अथवा त्याचे इंग्रजी रूपांतरण होते. साहजिकच जर्मनी हरणार आणि दोस्त फौजा विजयी होणार, भविष्यवाणी कधीही चूक ठरणार नाही असा आग्रही सूर लावला जात असे... उर्वरित वडीलधारी मात्र 'भविष्यकथन

म्हणजे निव्वळ थोतांड आहे' असा विरोधी सूर लावीत... ...त्यात 'नियती अटळ असते' वगैरे वाक्यं कानी पडत असत... पण नियती म्हणजे काय हे समजण्याचं ते वय नव्हतं. साहजिकच त्या साऱ्या चर्चेचा लवकरच विसर पडला...

महाविद्यालयात प्रवेश करताना भविष्य आणि भावी काळ यांबद्दल स्वारस्य वाटू लागलं होतं... वाचनालयात उपलब्ध असणारी ज्योतिष आणि ग्रहगणिताची सारी पुस्तकं वाचून काढली. ग्रहदशा, कुंडली, ग्रहयोग वगैरे भाषा आत्मसात करून हाती लागेल त्या कुणाचीही कुंडली पाहून अंदाज वर्तविण्याचा छंदच जडला होता... वर्षं भराभर निघून गेली अन् या कुंडली पाहून अंदाज वर्तविण्याच्या छंदात मन रमेनासं झालं... नंतर प्रौढ वयात केव्हातरी ग्रंथालयातील जुनी पुस्तकं चाळत असताना अचानक नॉस्त्रादेमसच्या भविष्यवाणीचं इंग्रजी रूपांतरण हाती आलं. दुसऱ्या महायुद्धाच्या आठवणी मनात अद्याप ताज्या होत्या. साहजिकच त्यातील चतुष्पदी वाचताना दुसऱ्या महायुद्धातील खलनायक जर्मनीचा ॲडॉल्फ हिटलर आणि इटलीचा बेनिटो मुसोलिनी यांच्या संदर्भातील चतुष्पदीमध्ये केलेलं अचूक वर्णन वाचताना चक्रावून गेलो. ते केवळ भविष्यकथन नव्हतं. त्याही पलीकडचं द्रष्टेपण त्यात स्पष्टपणे जाणवत होतं.

बराच काळ तो प्रभाव माझ्या मनाला सतत जाणवत होता... काही वर्षांनी तेही विस्मरणात गेलं होतं, पण दोन-तीन वर्षांपूर्वी अशाच एका निवांत सायंकाळी दोस्तांची मैफल रंगली होती... 'लोकसत्ता' दैनिक समूहाचे तत्कालीन संपादकीय सल्लागार श्री. विजय कुवळेकर, रंगकर्मी मधुकर गानू, क्रीडा समीक्षक प्रकाश पायगुडे, माझे बंधू दिवाकर, अविनाश, वहिनी शैला आणि मी.

संभाषणाला विषय असा काहीच नव्हता. परंतु त्या कालखंडात नव्यानंच उद्‌भवलेल्या 'ज्योतिष हे शास्त्र आहे काय? आणि ज्योतिषशास्त्राचा विद्यापीठीय अभ्यासक्रमात समावेश केला जावा काय?' या विषयावर वर्तमानपत्रात रोज उलटसुलट छापून येत होतं. साहजिकच संभाषणाचा ओघ तिकडे वळला. भविष्यकथन हे नेहमीच सर्वसामान्य माणसाला आकर्षित करतं. कितीही नाही म्हटलं, तरी बहुतेक जण वर्तमानपत्रातील 'राशीभविष्य' या स्तंभावरून नजर फिरविल्याशिवाय वर्तमानपत्र खाली ठेवीत नाहीत. नंतर मात्र त्यात काही अर्थ नाही वगैरे अभिप्राय नोंदविण्यास चुकत नाहीत. जिव्हाळ्याचा विषय निघाल्यानंतर प्रत्येक जण आपापले बरेवाईट अनुभव सांगू लागला. संभाषणाचा ओघ हळूहळू जगातील सर्वोत्तम भविष्यवेत्त्यांकडे वळला. त्यात डॉ. मायकेल नॉस्त्रादेमसच्या भाकितांचा विषय निघणं अपरिहार्यच होतं. त्याच्या भाकितांमधील प्रत्ययाला येणारी अचूकता हा विषय ओघानंच आला.

त्यातील विस्मयकारक अचूकता आणि प्रत्ययाला येणारं भविष्यकथन यांवर

मीही बरीच टिप्पणी केली. बरंच काही सांगून झाल्यानंतर विजय कुवळेकर अगदी सहजगत्या ते संभाषण वेगळ्या दिशेकडे नेत म्हणाले--

"--सर, आता जे तुम्ही काही बोललात ते सारं लिहून काढा... आणखी तुमच्या आठवणींत खूप काही असणार याची आम्हांला सहज कल्पना येतेय... लोकांना आवडेल हा विषय वाचायला... खूप लोकांना रस असतो त्यात..."

अन् मग काही दिवसांतच दैनिक लोकसत्तामध्ये 'नॉस्त्रादेमसची भविष्यवाणी' या शीर्षकानं स्तंभलेखन प्रकाशित होऊ लागलं. रसिक वाचकांनी त्या लेखनाचं मन:पूर्वक स्वागत केलं होतं... त्या स्तंभलेखनातील काही भागांचं संकलन करून आता या पुस्तकाच्या रूपानं ते रसिक वाचकांच्या समोर ठेवीत आहे.

हे लिखाण करताना अनेक भारतीय आणि पाश्चात्त्य लेखकांनी केलेली भाषांतरं नजरेखालून घातली. पूर्वी केव्हातरी केलेला फ्रेंच भाषेचा अभ्यासही बऱ्यापैकी उपयोगी पडला. जुनं फ्रेंच लिखाण जेव्हा समजण्यास अडचण येऊ लागली तेव्हा पुणे विद्यापीठाच्या फ्रेंच भाषा विभाग प्रमुख प्रा. डॉ. सुरेखा गुणे-खेर यांची बहुमोल मदत मिळू शकली हे माझं भाग्य.

नॉस्त्रादेमसचं सारंच लिखाण हेतुपुर:सर कूट पद्धतीनं लिहिलं आहे. सांकेतिक शब्द आहेत. रूपकं आहेत. कालनिर्णय न सांगता ग्रहस्थिती वर्णन केलेली आढळते. त्यावरून कालखंड शोधावा लागतो. निश्चित करावा लागतो. जागतिक इतिहास आणि भूगोल, पूर्वीच्या काळातील नावं, ग्रीक पुराणातील संदर्भ या सर्वांमुळे चतुष्पदींचा अन्वयार्थ लावणं हे फारच मोठं आव्हान आहे. तरीदेखील मित्रांच्या आग्रहाला बळी पडून हा प्रयत्न केला आहे.

माझं जागतिक इतिहास, भूगोल आणि फ्रेंच भाषेचं ज्ञान अचूक आहे, असा माझा दावा नाही. त्या विषयांतील माझी जाणकारी 'तज्ज्ञ' या पातळीची आहे, असं मी मानत नाही.

कित्येक चतुष्पदींचा पाश्चात्त्य लेखकांनी लावलेला अर्थ मला पटला नाही-- भावला नाही. त्याबद्दल मी प्रामाणिकपणे माझी टिप्पणी सोबत जोडली आहे परंतु मी लावलेला अर्थच योग्य आहे आणि इतरांचे निष्कर्ष चूक आहेत, असा माझा अट्टाहास नाही. त्याचं मूल्यांकन करणं हे मी सर्वस्वी रसिक जाणकार वाचकांवर सोपवितो. त्याचप्रमाणे भारताबद्दलची विधानं करताना-- निष्कर्ष सांगताना कोणताही अभिनिवेश नव्हता आणि आजही नाही हे नम्रतापूर्वक नमूद करू इच्छितो.

चाकोरीबाहेरील या लेखनाचं रसिक वाचकांनी स्वागत करावं, इतक्याच अपेक्षेसह...

—सुरेशचंद्र नाडकर्णी

अनुक्रमणिका

“

१.

‘माझ्या कथनाचा गूढार्थ पुढच्या पिढ्यांना कळेल’

”

“ Etant assis nuit secret estude
seul repose sur la selle d`aerien
Flambe exigue sortant de solitude
Fate preparer que n`est a croire vain.”

“.....रात्र चढत चाललीय... सर्वत्र कसं शांत शांत आहे, अन् अशा नीरव रात्री मी अगदी एकाकी असा माझ्या अभ्यासिकेतील आरामखुर्चीत पहुडलोय... सारं चित्त एकाग्र करून मन:पटलावर साऱ्या विश्वाची आणि माझ्या प्रिय फ्रान्स देशाची कुंडली मांडून भवितव्याचा वेध घेतोय... एक चिमुकली तेजोमय ज्योती हलके हलके मन:पटलावर प्रकाशमान होत जातेय... अन् माझं अस्वस्थ होऊ पाहणारं मन शांत शांत होऊ लागलंय... माझी ही भावसमाधी अगदीच काही व्यर्थ गेली नाहीय...”

‘सेंच्युरीज’ (Centuries) या ग्रंथातील अतिगूढरम्य आणि काव्यमय भाषेत डॉ. मायकेल नॉस्त्रादेमस याने रचलेली ही पहिली-वहिली चतुष्पदी (Quartrain). यातील संकेतब्द ‘तेजोमय ज्योती’ म्हणजे ‘मानवजातीला सन्मार्गावर नेणारे महान द्रष्टे’ इतका अर्थ लक्षात घेतला तर चतुष्पदीचा अर्थ सहज ध्यानी यावा. यापुढेही भविष्यकालात मानवजातीच्या उद्धारासाठी महान नेते निर्माण होतील. मानवाचे भवितव्य अगदीच काळवंडलेले नाही, याचा कौल मिळाल्यामुळे नॉस्त्रादेमस काहीसा

स्वस्थचित्त होऊ लागला.

संस्कृत वाङ्मयातील राजा भर्तृहरीच्या 'नीति शतक' 'शृंगार शतक,' 'वैराग्य शतक' वगैरे अनुपम रचनांप्रमाणेच फ्रेंच भाषेत डॉ. मायकेल नॉस्त्रादेमस याने रचलेली ही चतुष्पदींची शतके. जगाच्या भवितव्याबाबत भविष्य कथन करणारी प्रत्येकी शंभर चतुष्पदी असलेली एकूण बारा शतके रचण्याचा नॉस्त्रादेमसचा मानस असावा. परंतु काही कारणामुळे तो सिद्धीस गेला नसावा. एकूण संकल्पित लिखाण पूर्ण होण्यापूर्वीच त्याची इहलोकीची यात्रा संपुष्टात आली. या बारा शतकांपैकी सातव्या शतकात फक्त बेचाळीस चतुष्पदी आहेत. अकराव्या शतकात फक्त दोनच आणि बाराव्या शतकात फक्त अकरा चतुष्पदी आहेत. इतर सर्व शतके पूर्ण शंभर चतुष्पदींची आहेत.

बहुतेक पुस्तकातून फक्त दहाच शतके छापलेली आढळतात आणि तो ग्रंथ 'सेंच्युरीज' (Centuries) या नावाने ओळखला जातो. वास्तविक ग्रंथाचे मूळ नाव. 'प्रोफेतिक्स द मायकेल नॉस्त्रादेमस' (Prophetics de Michael Nostradamus) असे आहे. संत ज्ञानेश्वर महाराजांच्या ग्रंथाचे मूळ नाव 'भावार्थ दीपिका' असे आहे, परंतु ते मागे पडून 'ज्ञानेश्वरी' हेच नाव रूढ झाले. तसाच काहीसा हा प्रकार आहे.

नॉस्त्रादेमसने अनेक षट्पदी (Sixanes) रचल्या आहेत. त्यांपैकी आज फक्त बत्तीस षट्पदी उपलब्ध आहेत आणि त्यादेखील सलग क्रमवार नाहीत.

या व्यतिरिक्त नॉस्त्रादेमसने वेळोवेळी अनेक भाकीतेही प्रसिद्ध केली. ती सर्व 'प्रोफेसीज' या नावाने ओळखली जातात.

'सेंच्युरीज'ला जगभरातून अभूतपूर्व प्रतिसाद लाभला. गेल्या साडेचारशे वर्षांत त्यांतील अनेक भाकीते इतक्या विस्मयकारक रीतीने प्रत्ययाला आली, की नॉस्त्रादेमस केवळ ज्योतिषी नसून त्याला इतर काहीतरी अतिमानवी सिद्धी प्राप्त असावी, असे प्रकर्षाने वाटल्यावाचून राहात नाही. ग्रीक, लॅटिन, फ्रेंच, इटालियन, हिब्रू, अरेबिक अशा अनेक भाषा अवगत असलेला नॉस्त्रादेमस हा भाषाप्रभूच होता आणि त्याने चतुष्पदी रचताना प्रत्येक शब्द अत्यंत विचारपूर्वक योजला आहे. अनेक शहरांचा वा स्थळांचा त्याने स्पष्ट उल्लेख केलेला आढळतो. परंतु व्यक्ती अथवा घटनांबाबत त्याने सुरेख रूपके उपयोगात आणली आहेत. चिनी लोकांच्या संदर्भात 'ड्रॅगन,' भारतासंबंधी लिहिताना 'समुद्राचे नाव असलेल्या धर्माचा देश' (सिंधू-हिंदू-हिंदुस्थान), रशियासाठी 'अस्वल,' स्वत:ला 'वुल्फ' म्हणवून घेणाऱ्या जर्मनांसाठी 'लांडगा' (अॅडॉल्फ हिटलरचे मुख्य कार्यालय 'वुल्फशॅन्ग' याच नवाने ओळखले जात असे.) अशी प्रतीके वापरून त्याने भविष्यकथन केले आहे.

स्पष्टपणे भविष्यकथन न करता प्रतीके-रूपके उपयोगात आणून लेखनाची

गूढरम्यता वाढवावी हा त्याचा हेतू कधीच नव्हता. त्याबाबत त्याने फार विचारपूर्वक निर्णय घेतला होता. नावानिशी उल्लेख करण्याचे का टाळले, याचे कारण त्याने आपल्या अल्पवयीन मुलाला लिहिलेल्या पत्रात स्पष्टपणे नमूद केले आहे. त्याचे मूळ हस्तलिखित आणि मुलाला त्याने लिहिलेले पत्र पॅरिसच्या राष्ट्रीय ग्रंथालयात काचेच्या कपाटात अत्यंत सुस्थितीत मांडून ठेवलेले आजही आढळून येते.

थोरला मुलगा सेजर (Caesar; C`sar) याला दि. १ मार्च १५५५ रोजी त्याने लिहिलेल्या या पत्रातील मजकुरावरून त्याची भूमिका स्पष्ट होईल. त्याने म्हटले आहे—

''....ईश्वरी इच्छेनुसार तुझा जन्म खूपच उशिरा झाला आणि तोपर्यंत सारं (भविष्यकथन कागदावर व्यवस्थित उतरवून ठेवण्याचं) काम मला एकट्यानंच करावं लागलं... तू जाणता होईपर्यंत मला थांबता येणार नाहीय.... म्हणून तर हा पत्रलेखनाचा प्रपंच.. हे पत्र तुला मिळेल तेव्हा मी हे जग सोडून गेलेला असेन–

''.... हे मानवजातीचं भविष्यकथन मी मुद्दामच सांकेतिक गूढ भाषेत लिहिलं आहे. त्याला दोन मुख्य कारणं आहेत... एक म्हणजे, यांतील कित्येक घटना स्वप्नातही कल्पना करता येणार नाही इतक्या विलक्षण आणि अतर्क्य आहेत.. त्यांतील अनेक गोष्टी सध्याच्या शासकीय आणि धार्मिक अधिकारी व्यक्तींना रुचणार नाहीत... साहजिकच मानवजातीचं हे भविष्यकथन तारीखवार, सुसंगत आणि स्पष्ट शब्दांत मांडलं तर दुखावलेल्या अधिकाऱ्यांमुळे सारं लिखाण सध्या अस्तित्वात असलेल्या अन्याय-जुलमाला बळी पडून नष्ट केलं जाईल आणि त्याचबरोबर 'पाखंडी विचारांचा प्रवर्तक' असा ठपका ठेवून मला जबरदस्त शिक्षा ठोठावली जाईल. या साऱ्यातून सुटण्यासाठीच ही माझी धडपड आहे. हे गूढ सांकेतिक भाषेत लिहिलेलं भविष्यकथन सध्याच्या शासनकर्त्यांना आणि धर्मगुरुंना कळणार नाही... उमजणार नाही....

परंतु नंतर येणाऱ्या पिढ्यांना त्यातील सांकेतिक गूढार्थ निश्चित उमजेल.. कारण येणाऱ्या पिढ्या बुद्धिमान असतील आणि त्यांचे विचारदेखील खूप वेगळे असतील... आजच्या राज्यकर्त्यांना आणि धर्मगुरुंच्या कल्पना त्यांना वेडगळ वाटतील..... कारण त्या काळात त्यांच्या कल्पना खूपच बदललेल्या आणि प्रगल्भ असतील...

''दुसरं महत्त्वाचं कारण असं, की जर हे भविष्यकथन स्पष्ट शब्दांत आणि सुसंगत तारीखवार असं लिहून काढलं आणि यदाकदाचित ते भलत्याच माणसांच्या हाती पडलं, तर केवळ अनर्थ ओढवेल...आणि अपात्री दान करूही नये. 'कुत्र्यासमोर मोती टाकले तरी तो ते तुडवीत येईल अन् तुमच्या चिंध्या करील,' हे येशूचं वचन तुला आठवत असेल. तेव्हा तोही धोका टाळण्यासाठी म्हणून ही सांकेतिक गूढ भाषा...

"या दोन संभाव्य धोक्यांमुळे सांकेतिक गूढ भाषा वापरली. इतकंच नव्हे, तर तारीख अथवा कालनिर्णय सांगण्याचं टाळलं आणि चतुष्पदी कालक्रमानुसार संगतवार न मांडता पत्ते पिसून टाकावेत त्याप्रमाणे त्यांची सरमिसळ करून टाकली आहे.... परंतु स्थळांचा आणि शहरांचा स्पष्ट उल्लेख आहे. त्या संदर्भानं जाणकार ज्योतिषी ग्रहभ्रमणाचं गणित मांडून कालनिर्णय सहज करू शकतील आणि मग विशिष्ट चतुष्पदी कुणाला अनुलक्षून रचली आहे, हे सहज स्पष्ट होईल...

"परंतु केवळ ग्रहभ्रमणाचं गणित जाणणारा हा 'ज्योतिषी' या योग्यतेचा असू शकत नाही, हेही लक्षात ठेव. ग्रहगणितासमवेत उपासनेची जोड अत्यावश्यक आहे. त्यावाचून फलज्योतिष वर्तविण्यात यश मिळू शकत नाही आणि उपासनेमुळे दैवी पाठबळ प्राप्त झालेला 'ज्योतिषी' या संज्ञेचा मानकरी कधीही खालच्या पातळीवर उतरून मानवजातीचं अकल्याण करणार नाही. त्याचं मन आणि वृत्ती प्रगल्भ अवस्थेत जाऊन पोहोचलेली असते. साहजिकच राग, लोभ, सूडबुद्धी इत्यादी सामान्य मानवाची भावस्पंदनं त्याला स्पर्श करू शकत नाहीत. त्याच्या जाणिवा त्यापलीकडे उन्नत अवस्थेला जाऊन पोहोचलेल्या असतात...

"माझ्या लाडक्या मुला, दैवी शक्तीच्या मदतीनं आणि तिच्याच प्रेरणेनं लिहून काढलेलं मानवजातीचं भविष्यकथन मी तुझ्या स्वाधीन करीत आहे. यातील प्रत्येक चतुष्पदीचा अर्थ तुला व्यवस्थित आणि सुस्पष्टपणे आकलन होईल, अशी मी अपेक्षा बाळगतो. त्यासाठी तो सर्वशक्तिमान परमेश्वर तुला बुद्धिसामर्थ्य देवो. त्याच्यावर नितांत श्रद्धा ठेवीत जा. आयुष्यात तुला सुखशांती आणि दीर्घायुरारोग्य चिंतणारा..."

* * *

आयुष्यातील अखेरीचा सुमारे वीस वर्षे नॉस्त्रादेमसने शांतपणे सेलोन या शहरवजा गावात वास्तव्य केले. या काळातील बहुतेक वेळ तो आपल्या घराच्या वरच्या मजल्यावर सजविलेल्या अभ्यासिकेत बसून मनन-चिंतन अथवा लेखन करीत असे. अमाप कीर्ती आणि विपुल धनसंपत्ती प्राप्त झाल्यामुळे त्याला चरितार्थासाठी काही व्यवसाय करण्याची आवश्यकता नव्हती. साहजिकच त्याने आपले सर्व लक्ष आपल्या आवडत्या ज्योतिषशास्त्राच्या व्यासंगावर केंद्रित केले.

नॉस्त्रादेमस भविष्यवेत्ता होता. पण त्याने इतरही बरेच काही केले.

सेलोनभोवती शेतकऱ्यांची पाणीपुरवठ्याची सोय व्हावी म्हणून त्याने उमराव आदम द क्रपोले (Adam de Crapole) याच्या सहकार्याने, सेलोनजवळून वाहणाऱ्या ड्यूरान्से आणि ऱ्होने या नद्या सेलोनमधील वळसा घालणाऱ्या कालव्याने जोडल्या. त्यासाठी त्याने बरीच पदरमोडही केली. आजही हा कालवा उत्तम स्थितीत अस्तित्वात आहे, आणि सेलोनमध्ये आदम द क्रपोले (Adam de Crapole) आणि नॉस्त्रादेमस यांचे पूर्णाकृती पुतळे एकमेकांसन्मुख उभे असलेले आढळतात.

गावाबाहेर टेकडीवरील नॉस्त्रादेमसचे घरही सुस्थितीत जतन केले आहे. घराकडे जाणाऱ्या रस्त्याला 'डॉ. मायकेल नॉस्त्रादेमस मार्ग' असे नाव देण्यात आले आहे.

या अखेरच्या काळात नॉस्त्रादेमसने आपल्या 'सेंच्युरीज' या विश्वविख्यात ग्रंथाचे लेखन पूर्ण केले. याच काळात (इ.स. १५५४) ब्यूने (Beaune) शहराचा महापौर डॉ. जीन एम्स द शॉव्हिनी (Dr. Jean Aymes de Chavigny) त्याचा शागीर्द बनला आणि त्यानेच 'सेंच्युरीज' ग्रंथाचे संपादन प्रकाशन केले.

शॉव्हिनी याने स्वत: ब्रह्मज्ञानातील विषयावर डॉक्टरेट मिळविली होती. 'सेंच्युरीज'-चा पहिला भाग 'प्रॉफेतिक्स द मायकेल नॉस्त्रादेमस' (मायकेल नॉस्त्रादेमस भविष्यवाणी) या नावाने प्रसिद्ध झाला (१५५५), आणि युरोपात एकच खळबळ उडाली.

□

२.

जेरुसलेममधील प्राचीन ग्रंथांचे गूढ

" "

जीवनातील अखेरची सुमारे वीस वर्षे (१५४७-१५६६) हा नॉस्त्रादेमसच्या आयुष्यातील काहीसा सुखाचा आणि मानसिक स्वास्थ्याचा काळ म्हणता येईल. त्याच्याजवळ आता पुरेशी माया जमली होती आणि चरितार्थासाठी काही व्यवसाय करण्याची आवश्यकता नव्हती. याच कालखंडात ॲना पॉन्सार्ते जेमिल या श्रीमंत आणि सुस्वरूप विधवेसमवेत विवाह करून जीवनाला स्थैर्य आणण्याचा प्रयत्न त्याने केला. सेजर (१५४९), आंद्रे (१५५५), चार्ल्स (१५५७) हे मुलगे आणि मेडिलीन (१५५९) ही कन्या अशी अपत्ये त्यांना झाली.

त्याच्या 'सेंच्युरीज' या ग्रंथाचे काम तसे थोडे रेंगाळतच चालले होते. आता वैद्यकीय व्यवसाय बंदच करून टाकल्यामुळे त्याला मनन-चिंतन-लेखन करण्यास भरपूर वेळ मिळू लागला. आपल्या सेलोन येथील घराच्या छतावर त्याने एक नवीन खोली बांधून घेतली आणि तीत आपली अभ्यासिका थाटली. या अभ्यासिकेत बसूनच तो आपल्या 'सेंच्युरीज'मधील चतुष्पदींची (Quartrains) जुळवाजुळव करीत असे. सामान्यत: नॉस्त्रादेमसने एकूण दहा शतके रचली. त्यांतील काही चतुष्पदी उपलब्ध नसल्यामुळे जवळपास साडेआठशे चतुष्पदी त्याने रचल्या असे मानले जाते. सातव्या शतकातील बऱ्याच चतुष्पदी उपलब्ध नाहीत. कदाचित त्याने त्या काही कारणास्तव रचल्या नसाव्यात. परंतु अलीकडील संशोधनात त्याच्याच हस्ताक्षरातील अकराव्या शतकातील ३९१ आणि ९७ या क्रमांकाच्या चतुष्पदी, त्याप्रमाणे बाराव्या शतकातील ५, २४, ३६, ५२, ५५, ५६, ५९, ६२, ६५,

६९ आणि ७१ या चतुष्पदी उपलब्ध झाल्या आहेत. या व्यतिरिक्त त्याने बऱ्याच षट्पदीही रचल्या असाव्यात. आजमितीला जवळपास बत्तीस षट्पदी आणि 'प्रोफेसीज' किंवा 'भविष्यवाणी' या नावाने रचलेल्या काही काव्यरचनाही उपलब्ध आहेत. सहा ओळींच्या या षट्पदी आणि क्रमांक अकरा आणि बारा ही शतके पूर्ण होण्यापूर्वीच त्याला मृत्यूने गाठले असावे.

या महान भविष्यवेत्त्याच्या महानिर्वाणाला १९६६ साली चारशे वर्षे पूर्ण झाली तेव्हा जागतिक ज्योतिष परिषदेने एक विशेष परिषद भरविली होती. त्यातील एक सत्र सेलोन येथेच आयोजित केले होते. नॉस्त्रादेमस वगळता तीन ज्योतिषी जागतिक कीर्तीचे मानले जातात. पाचव्या शतकातील सेंट मॅलिकी (Malachi) या ज्यू ज्योतिषाने इ. स. ११३९ ते १९८५ या जवळजवळ साडेआठशे वर्षांतील घटनांचा क्रम तपशीलवार लिहून ठेवला आहे. हस्तसामुद्रिक ज्योतिषी किरो (Cheiro) आणि इटालिअन मॅक ऑफ पहुआ हे इतर दोघे महान भविष्यवेत्ते मानले जातात. या सर्वांची अनेक भाकीते सत्यकसोटीवर उतरली आहेत. परंतु नॉस्त्रादेमस या तिघांपेक्षाही वेगळा आणि अधिक उच्च दर्जाचा भविष्यवेत्ता होता. तो उत्तम गणिती, निष्णात खगोलशास्त्रज्ञ आणि वाचासिद्धी प्राप्त झालेला ज्योतिषी तर होताच, परंतु त्याला अनेक गूढविद्यांचे उत्तम ज्ञान होते. भविष्यात घडणाऱ्या गोष्टींचा घटनाक्रम तो प्रत्यक्ष पाहू शकत असे आणि त्या पाहिलेल्या घटना आपल्या ज्योतिष-गणिताने पडताळून पाहिल्यानंतरच तो भविष्यकथन करीत असे. ज्योतिष गणितात विशेषत: गुरू, शनी आणि मंगळ या तीन ग्रहांची स्थिती, त्यांचे भ्रमण आणि त्यांचे परस्पर योग विचारात घेऊन तो भविष्य वर्तवीत असे. शिवाय दैवी शक्तीचा वरदहस्त लाभल्यामुळे भविष्यातील घटना एखादा चलतचित्रपट पाहिल्याप्रमाणे आपण पाहू शकत असल्याचे त्याने स्पष्ट नोंदवून ठेवले आहे.

रोमन सैन्याने जेरुसलेमचा पाडाव केल्यानंतर केलेल्या विध्वंसात तेथील अनेक प्राचीन मंदिरे आणि अमूल्य गोष्टींचा नाश झाला. तेथील मुख्य यहुदी मंदिराच्या गाभाऱ्यात अत्यंत प्राचीन असे अमूल्य आणि दुर्मिळ ग्रंथ गौल्यवान अशा भरजरी रेशमी बासनात काळजीपूर्वक बांधून ठेवलेले होते. ग्रीक, लॅटिन, हिब्रू, अरबी, चिनी, संस्कृत भाषेतील वनस्पती आणि औषधीशास्त्र, गूढविद्या, मंत्र-तंत्र, अतींद्रिय शक्ती, मानवेतर योनीतील आत्म्यांसमवेत संपर्क साधणे वगैरे विषयांवरील हे ग्रंथ होते. तो ग्रंथसंग्रह एकाएकी नाहीसा झाला आणि नंतर त्याचा काहीही थांगपत्ता लागला नाही.

सुमारे बाराव्या शतकात भटक्या ज्यू जमातींपैकी अनेक टोळ्यांनी युरोपच्या दक्षिण भागात विशेषत: स्पेनमध्ये वस्ती केली. या ज्यू जमातींकडे परंपरेने चालत आलेल्या अनेक गूढ विद्या होत्या. त्यात वनौषधी, जडीबूटी, परातीत पाणी अथवा

तूप ओतून त्यात भविष्यात घडणाऱ्या गोष्टी पाहून भविष्यकथन करणे किंवा कॉफीच्या प्याल्यात भविष्य पाहणे, काचेच्या गोलात (Crystal Ball) पाहून भविष्य सांगणे या विद्या वंशपरंपरेने चालत आल्या होत्या. साहजिकच या टोळ्यांचे चांगले बस्तान बसले होते. परंतु चौदाव्या शतकाच्या अखेरीस (१३९१) फादर फर्नांदो मार्तिनेझ या धर्मगुरुची कुणा अज्ञात इसमाने हत्या केली. तो अज्ञात इसम ज्यू होता अशी आवई उठली आणि मग सर्वत्र ज्यू कुटुंबांची ससेहोलपट चालू झाली. अनेक ज्यू कुटुंबे परागंदा होऊन फ्रान्स, स्वित्झर्लंड, जर्मनी, इटली वगैरे देशांत स्थायिक झाली. इटलीत स्थायिक झालेल्या ज्यू मंडळींत नॉस्त्रादेमसचे आजोबा डॉ. पिअरे नॉस्त्रादेन्ना यांचे कुटुंब होते. ते काही दिवसांत स्थलांतरित होऊन फ्रान्समध्ये सेंट रेमी येथे राहण्यास आले. प्रख्यात ज्यू डॉक्टर आणि निष्णात ज्योतिषी डॉ. डीन हे सेंट रेमी येथे वास्तव्य करून होते. त्यांचा आणि डॉ. पिअरे नॉस्त्रादेन्ना यांचा घनिष्ठ स्नेहसंबंध जुळला, आणि त्याचे पर्यवसान दोन्ही कुटुंबांचे नातेसंबंध जुळून येण्यात झाले. डॉ. पिअरे यांचा मुलगा जॅक्विस आणि डॉ. डीन यांची कन्या रेनी हे विवाहबद्ध झाले.

जॅक्विस-रेनी यांचा ज्येष्ठ पुत्र म्हणजेच मायकेल नॉस्त्रादेमस. दोन्ही आजोबांनी नातवाची कुंडली मांडून भविष्य वर्तविले, 'नॉस्त्रादेमस हा जगातील महान भविष्यवेत्ता होईल.' लागलीच त्यांनी त्या दृष्टीने नातवाच्या शिक्षणाची व्यवस्था केली.

ज्योतिष, खगोलशास्त्र आणि गणित हे विषय तर दोन्ही घराण्यांत होतेच, त्या समवेत वनस्पतीशास्त्र आणि औषधी जडीबूटी यांचे परंपरागत ज्ञानभांडारही त्यांनी नातवासाठी खुले केले. परंतु त्याहीपेक्षा फार महत्त्वाचे म्हणजे मातुल आजोबा डॉ. डीन यांच्या घराण्यात परंपरेने चालत आलेला पुरातन दुर्मिळ हस्तलिखित ग्रंथांचा अनमोल संग्रह. डॉ. डीन यांनी आपला नातू मायकेल नॉस्त्रादेमस याला हा संग्रह देऊ केला. कदाचित यामुळेच नॉस्त्रादेमसचे उपजत ज्योतिष-गूढविद्यांचे आकर्षण वाढत गेले असावे.

हे ग्रंथ म्हणजे जेरुसलेम येथील यहुदी मंदिरातील रहस्यमय रीतीने एकाएकी अदृश्य झालेल्या ग्रंथसंग्रहाचा काही भाग असावा. नॉस्त्रादेसमच्या महानिर्वाणानंतर त्याचा शिष्य डॉ. शॉव्हिनी याने आपल्या असामान्य गुरुबद्दल बरेच काही लिहून ठेवले आहे. त्यात एका ठिकाणी तो म्हणतो, "..... त्यांच्या अभ्यासिकेत अत्यंत पुरातन आणि जीर्ण झालेल्या कागदांवर लिहिलेले ग्रीक, लॅटिन, हिब्रू, अरबी, तुर्की, चिनी, संस्कृत अशा विविध भाषांतील काही हस्तलिखित ग्रंथ होते. त्यांतील प्रत्येक ग्रंथ अत्यंत मौल्यवान, परंतु पुरातन रेशमी कापडात अतिशय काळजीपूर्वक लपेटून ठेवलेला होता.."

या ग्रंथांमधील गूढविद्यांचा व्यासंग आणि प्रयोग नॉस्त्रादेमसने आपल्या 'सेंच्युरीज'

या ग्रंथाच्या निर्मितीसाठी केला असावा, असे मानण्यास जागा आहे. त्याने फ्रान्सच्या राजाला लिहिलेल्या पत्रात त्याचा स्पष्ट उल्लेख आढळतो. ''मला या भविष्यातील घटना देवदूताने दाखविल्या... त्याने सांगितलेली पद्यमय वाणी मी लिहून घेतली,'' असे त्याने म्हटले आहे.

'सेंच्युरीज'च्या पहिल्या काही चतुष्पदींत तर त्याने आपल्या प्रयोगाबाबत काही आडपडदा न ठेवता संपूर्ण क्रिया कथन केली आहे... ''पितळी तिवईवर पाण्यानं भरलेली परात ठेवून त्यातील पाणी काठीनं हलविलं... हळू हळू पूर्ण अभ्यासिका विचित्र धुक्यानं भरून गेली... पाण्यातून वाफा येऊ लागल्या... त्यात दृश्यं दिसू लागली... देवदूताचा आवाज त्या दिसणाऱ्या घटना समजावून सांगत होता.. मी जमेल तितकं लिहीत गेलो... जे पाहिलं ते फार भयंकर होतं.. आणि जर हे सत्य बाहेर सांगितलं तर माझेच बांधव माझ्यावर उलटतील... माझे शत्रू बनतील.. इतकं भीषण भेसूर भविष्य अन् भयानक रक्तपात त्यांना सहन होणार नाही... यांतील घटनाक्रम तारीखवार आणि नावानिशी तर कुणालाच कळता कामा नये...

''...ही सारी विद्या कुणा अपरिपक्व मनाच्या माणसाच्या हाती लागली तर अनर्थ घडून येईल... म्हणूनच मी हे सारे अनमोल ग्रंथ नष्ट करण्याचा निर्णय पूर्ण विचारांती घेत आहे... या विद्येचा दुरुपयोग फार भयानक अनर्थ घडवून आणील.. दुसरा काहीच मार्ग मला दिसत नाहीय... हे सारं इथंच थांबलं पाहिजे....''

□

“

”

३.

असामान्य ज्योतिषी, डॉक्टर....
मत्सराचा धनीही!

सुमारे साडेपाच फूट उंचीचा अत्यंत कृश असा किरकोळ बांधा, खांदे पडल्यामुळे किंचित पोक आल्याप्रमाणे पुढे झुकलेले शरीर, एखाद्या आजारी माणसाप्रमाणे दिसणारा फिकट पिवळसर वर्ण, ढगळ आणि अस्ताव्यस्त कपड्यांमुळे अधिकच बावळट दिसणारे ध्यान, परंतु बुद्धिमत्तानिदर्शक भव्य कपाळ, अत्यंत पाणीदार, काळेशार डोळे आणि झपाटून टाकणारी अमोघ वाणी असे डॉ. मायकेल नॉस्त्रादेमस हे एक विलक्षण आगळे व्यक्तिमत्त्व होते

ग्रीक, लॅटिन, हिब्रू, अरेबिक, तुर्की वगैरे भाषांत आणि गणित, खगोलशास्त्र, ज्योतिष, तत्त्वज्ञान, व्याकरणशास्त्र, अशा अनेक विषयांमध्ये गती असणाऱ्या नॉस्त्रादेमसला असामान्य बुद्धिमत्तेचे वरदान लाभले होते. ॲव्हिनाँ विद्यापीठात कला शाखेत पदवीधर होताना (१५१९-१५२१) तो बहुतेक वेळ ग्रंथालयातच बसून सतत ज्योतिषशास्त्र आणि गूढविद्या या विषयांवरील ग्रंथांचे वाचन किंवा मनन-चिंतन करीत असे. किंवा खगोलशास्त्रातील कठीण प्रमेयांवरील गणिते सोडवीत असे.

खगोलशास्त्रातील त्याची झेप आणि आवाका यांची कल्पना येण्यासाठी फक्त एकाच गोष्टीचा दाखला पुरेसा होईल. 'पृथ्वी स्थिर असून सूर्य पृथ्वीभोवती फिरत असतो,' हे धार्मिक ग्रंथांमध्ये नमूद केलेले मत पूर्वापार चालत आले होते आणि जवळपास अठराव्या शतकापर्यंत जनमानसावर घट्ट पकड ठेवून होते. सारेच जाणकार, विद्वान वगैरे त्याचा पुरस्कार करीत. 'सूर्य स्थिर असून पृथ्वी सूर्याभोवती फिरते,' असा सिद्धांत कोपर्निकसने (१४७३-१५४३) मांडला आणि पाखंडीपणाबद्दल

धर्मगुरुंचा रोष ओढवून घेतला. त्याचे मत आणि सिद्धांत यांवर बंदी घालण्यात आली. गॅलिलिओने (१५६४-१६४२) कोपर्निकसचा सिद्धांतच योग्य असल्याचे प्रतिपादन करून जबरदस्त दंडशासन भोगले, हा इतिहास आहे. परंतु गॅलिलिओच्याही सुमारे शंभर वर्षे अगोदर हा सिद्धांत योग्य मानून नॉस्त्रादेमसने पृथ्वीच्या गतीची गणिते मांडून त्या आधारे आपली विलक्षण सत्य ठरणारी भविष्यवाणी लिहून ठेवली आहे. या एकाच उदाहरणावरून त्याच्या असामान्य बुद्धिमत्तेची आणि 'बाबा वाक्यं प्रमाणम्' न मानणाऱ्या स्वतंत्र प्रज्ञेची कल्पना यावी. प्रचलित रूढींविरुद्ध अथवा जनमानसातील समजुतींविरुद्ध जाणाऱ्या प्रज्ञावंतांना नेहमीच कडवट टीकेला सामोरे जावे लागले आहे. त्यांच्या बुद्धीची झेप सामान्य माणसांच्या आकलनापलीकडेच असते. साहजिकच त्यांना 'विक्षिप्त', 'वेडगळ', 'तऱ्हेवाईक' वगैरे विशेषणे लावली जातात. नॉस्त्रादेमसही त्याला अपवाद नव्हता. विद्यार्थी दशेत असताना 'झपाटलेला वेडा ज्योतिषी' अशीच त्याची प्रतिमा होती.

ज्योतिष, गूढविद्या व्यासंगाचे त्याचे हे खूळ पाहून त्याला मोकळा सोडणे धोक्याचे आहे, असा घरच्या मंडळींचा ग्रह झाला. त्याला पुनश्च काही व्यासंगात गुंतवावे म्हणून मॉन्तेपेलिएर विद्यापीठात वैद्यकशास्त्राचा विद्यार्थी म्हणून त्याला दाखल करण्यात आले. नॉस्त्रादेमसने वैद्यकीय पदवी तर मिळविलीच (१५२५), परंतु त्याचे ज्योतिष-गूढविद्यांचे आकर्षण तिळमात्रही कमी न होता उलट वाढतच गेले.

याच सुमारास दक्षिण फ्रान्समध्ये महापूर आणि त्यापाठोपाठ प्लेगने थैमान घातले. डॉक्टर झालेल्या नॉस्त्रादेमसने लागलीच तिकडे धाव घेतली आणि चार वर्षे जनतेची अविश्रांत सेवा केली. परंतु तो पारंपरिक उपाययोजना करीत नसे. त्या काळात प्लेगच्या रुग्णांच्या शरीरातील दूषित रक्त काढून टाकले जाई. रुग्णांना त्यामुळे अतिशय क्लेश होत असत. रक्त काढून टाकण्याला नॉस्त्रादेमसचा सक्त विरोध होता. तो शुद्ध मोकळी हवा आणि स्वच्छ पाणी यांवर भर देत असे. त्याचबरोबर साथ पसरलेल्या भागात जाऊन काही वनस्पतींची भुकटी तेथील आसमंतात उधळत असे आणि नंतर रुग्णांना गुलाबाच्या पाकळ्यांपासून बनविलेल्या गुलकंदासारख्या गोळ्या चघळायला देत असे. यामुळे रुग्णांना खूपच लाभ होत असे.

एक तर रक्त काढण्याच्या यातनांपासून मुक्तता मिळे, आणि दुसरे म्हणजे त्या परिसरात साथीचा जोर ओसरत असे. जाणकारांच्या मते, तो हवेत उधळीत असलेली भुकटी काहीतरी जडीबूटी असावी. परंतु इतर व्यावसायिकांना आपले गुपित समजू नये म्हणून तो गुलाबाच्या गुटिकांचा प्रयोग करीत असावा. काहीही असले तरी रुग्णांना आराम पडू लागला आणि सामान्य लोक नॉस्त्रादेमसच्या नावाचा उदो उदो करू लागले. साहजिकच इतर डॉक्टर मंडळी मत्सरग्रस्त होऊन, 'हा नॉस्त्रादेमस काहीतरी जादूटोणा करतो, त्याची वैद्यकीय पदवी काढून घ्यावी', असा आग्रह धरू लागले.

आता नॉस्त्रादेमसही हट्टाला पेटला. त्याने पुन्हा मॉन्तेपेलिएर (Montpellier) विद्यापीठात प्रवेश घेऊन वैद्यकशास्त्रातील 'डॉक्टरेट' ही सर्वोच्च पदवी मिळविली (१५२९) आणि तेथेच वैद्यकीय महाविद्यालयात प्राध्यापकीय सेवेत दाखल झाला. पारंपरिक उपचारपद्धतीपेक्षा वेगळी अशी आपली स्वत:ची उपचारपद्धती शिकविण्यास त्याने तेथे प्रारंभ केला. आता तर आणखीच शत्रू निर्माण होऊ लागले, शेवटी नोकरीचा राजीनामा देऊन (१५३२) त्याने भटकंतीला प्रारंभ केला. खरे तर या भटकंतीला तसा काही उद्देश असा नव्हता. पण जमेल तेथे नामांकित ज्योतिषी-गूढविद्याविशारद यांच्यासमवेत चर्चा-विचारविनिमय आणि जुन्या कागदपत्रांमधून मिळाल्यास, दुर्मिळ ग्रंथांचा संग्रह करणे एवढाच भाग होता.

भटकंती सुरू असतानाच त्याला ज्युलियस स्कॅलिजर या थोर विचारवंताचे निमंत्रणपत्र मिळाले. स्कॅलिजर हा त्या कालखंडात युरोपातील श्रेष्ठ तत्त्वज्ञ आणि विचारवंत गणला जात असे. नॉस्त्रादेमसच्या दृष्टीने हे निमंत्रण म्हणजे त्याची प्रतिष्ठा आणि जनमानसातील डागाळलेली प्रतिमा उजळण्याची उत्कृष्ट संधी होती. तो तत्काळ एजेन येथे पोहोचला आणि स्कॅलिजरसमवेत मैत्री वाढवून तेथेच स्थायिक झाला.

एजेन येथेच वैद्यकीय व्यवसाय करताना एड्रिएटा लूबेयाक या सुस्वरूप युवतीशी त्याने विवाह केला. त्याला एक पुत्र आणि एक कन्यारत्न झाले.

सर्व काही अत्यंत सुरळीत चालले असताना फ्रान्समध्ये पुन्हा एकदा प्लेगची भयानक साथ फैलावली. सेवाभावी नॉस्त्रादेमस तत्काळ जनतेच्या मदतीसाठी धावून गेला. या जनसेवेत तो इतका गढून गेला की तिकडे एजेनमध्ये त्याची पत्नी आणि दोन्ही मुले प्लेगचा बळी होऊन केव्हाच दगावली, याची त्याला गंधवार्ताही नव्हती.

त्याच्या हितशत्रूंना आणि व्यावसायिक मत्सर करणाऱ्यांना ही आयतीच संधी चालून आली. 'जो स्वत:च्या बायकोमुलांना सांभाळू शकत नाही, तो डॉक्टर जनतेला काय उपयोगी पडणार आहे?' असा विषारी प्रचार त्यांनी चौफेर सुरू केला. वैतागलेला नॉस्त्रादेमस एजेनला कायमचा रामराम ठोकून बाहेर पडला आणि पुनश्च भटकंती सुरू झाली.

त्याच्या या दिशाहीन, उद्देशहीन भटकंतीत एकदा त्याचा मुक्काम लोरेन या गावात होता. लोरेनच्या गढीचा उमराव सिनोर द फ्लोरिनव्हील हा एक अत्यंत आढ्यताखोर आणि स्वत:च्या शहाणपणाबद्दल अवास्तव कल्पना असलेला 'नमुनेदार' श्रीमंत होता. नॉस्त्रादेमसच्या अमोघ आणि अचूक भविष्यकथनाची कीर्ती त्याच्यापर्यंत पोहोचली होती. त्याने नॉस्त्रादेमसला आपल्या गढीत मेजवानीसाठी निमंत्रण दिले.

भोजनापूर्वीच्या गप्पागोष्टीत त्याने नॉस्त्रादेमसला भविष्यकथनासंबंधी छेडण्यास प्रारंभ केला आणि बोलता बोलता खिडकीतून बाहेर बोट दाखवीत म्हटले, "...ती पहा बाहेर हिरवळीवर डुकराची दोन पिलं बागडत आहेत.. एक काळं अन् एक

पांढरं आहे... आपण मेजवानीत कोणत्या डुकराचं मांस शिजवून खाणार आहोत हे सांगू शकाल?... अहो, भविष्यवाणी म्हणजे काही येरागबाळ्याचं काम नाहीय..."

जागचे न उठता किंवा खिडकीबाहेर न डोकावताच नॉस्त्रादेमस हसून म्हणाला, "...खरंच ते येरागबाळ्याचं काम नाहीय... त्यासाठी खूप व्यासंग करावा लागतो... आता तुम्ही विचारताच आहात म्हणून सांगतो... आपण काळ्या डुकराचं मांस शिजवून खाणार आहोत... पांढरं पिलू नियतीनं लांडग्याचं भक्ष्य म्हणून मुक्रर केलंय...."

स्वत:च्या अक्कल हुशारीबाबत फाजिल आत्मविश्वास बाळगणाऱ्या उमरावाने गुपचुप निरोप पाठवून खानसाम्याला पांढरे पिलू मारून भोजन तयार करण्यास सांगितले. टेबलावर ताटे मांडून झाल्यानंतर त्याने नॉस्त्रादेमसला हसून विचारले, "महाशय, आपण काही वेळापूर्वी या भोजनाविषयी काही भविष्यवाणी उच्चारली होती.. ती आपल्याला आठवतच असेल... असो.. त्यात काही चूकभूल असेल तर तिच्यात काही बदल करण्याची आपल्याला इच्छा आहे काय?.. कारण माणसाच्या हातून केव्हाही चूक होऊ शकते, हे आपण सर्व जण जाणतो."

उमरावाचे मानभावी भाषण ऐकूनदेखील नॉस्त्रादेमस पूर्वीच्याच स्थितप्रज्ञतेने म्हणाला, "सरदारसाहेब, नियती तुमच्या-आमच्या किंवा इतर कुणाच्याच उपद्व्यापांनी बदलू शकत नाही... मी मघाशी सांगितलं आहे तसंच घडलंय...."

नॉस्त्रादेमससारख्या ख्यातनाम भविष्यवेत्त्यावर बाजी उलटविण्याची अशी नामी संधी उमरावसाहेब थोडीच सोडणार होते?

खानसाम्याला मेजवानीच्या दिवाणखान्यात हजर करण्यात आले. सरदारसाहेबांनी विचारले, "अरे, आज आपल्याकडे थोर पाहुणे आले आहेत... त्यांच्यासाठी तू काय तयार केलं आहेस?...सांग सर्व काही..."

खानसामा चाचरत बोलू लागला, "सरकार, आपल्या आज्ञेप्रमाणे मी पांढरं पिलू मारून त्याचं मांस स्वच्छ करण्यासाठी मागील दारी घेऊन गेलो. पण थाळी आतच राहिली म्हणून परत घरात आलो.. तेवढ्यात कधी नव्हे तो एक लांडगा कुठूनसा अचानक तेथे उपटला अन् झडप घालून ते सगळं घेऊन गेला... मग दुसरा काही उपायच नव्हता म्हणून काळं पिलू मारून भोजन तयार केलं.. केवळ क्षणमात्रच दुर्लक्ष झालं होतं.. कसूर माफ असावी, सरकार... पुन्हा असं होणार नाही..." उमरावाचा चेहरा पाहण्यासारखा झाला!

इटलीतील नेपल्स शहरातून इतस्तत: भटकत असताना ब्रदर फेलिस परेती या नावाचा कुणी तरुण धर्मगुरू असाच सामोरा आला. त्याचा परिचय तर नव्हताच. कधी चुकून साधी दृष्टीभेटही घडली नव्हती. परंतु त्याला पाहताच नॉस्त्रादेमस एकदम गुडघे टाकून म्हणाला, "माय रेव्हरन्स, युवर होलीनेस" (हे पुण्यात्म्या,

तुला माझे वंदन असो...)

या घटनेच्या खूपच नंतर म्हणजे नॉस्त्रादेमसच्या मृत्यूनंतर सुमारे वीस वर्षांनी (१५८५) हाच नवदीक्षाधारी धर्मगुरू पुण्यवान पोप पायस सेक्स्टस पाचवा म्हणून घोषित झाला.

अशा घटना घडत गेल्या आणि त्यामुळेच, भविष्यात डोकावण्याची विलक्षण अतींद्रिय शक्ती आपल्याला प्राप्त होत आहे, याची स्वत: नॉस्त्रादेमसला हळूहळू जाणीव होऊ लागली.

□

“

४.

‘परमेश्वरी इच्छेनं, दैवी शक्तीच्या मदतीनं...’

”

फ्रान्सचा राजा दुसरा हेन्री याची राणी कॅथरीन द मेदिसी ही नॉस्त्रादेमसची चाहती होती आणि त्याच्या भविष्यकथनावर तिची नितांत श्रद्धा होती. ‘सेंच्युरीज’च्या पहिल्या सेंच्युरीतील पस्तिसावी चतुष्पदी सांगत होती–

“द्वंद्वयुद्ध होईल आणि तरुण सिंह वृद्ध सिंहाला पराभूत करील...
वृद्ध सिंहाच्या शिरस्त्राणातून भाला आत घुसेल...
एका डोळ्याला आणि गळ्याला इजा पोहोचेल...
काही दिवस अतिशय यातना भोगून तो वृद्ध सिंह मरण पावेल...”

राजदरबाराचा इटालियन ज्योतिषी सिनोर लुक गॉरिकस याच्या भाकीतामुळे राणी आधीच खूपच अस्वस्थ झाली होती. ‘वयाच्या एकेचाळिसाव्या वर्षी राजा दुसरा हेन्री याला अपघाताचा गंभीर धोका संभवतो. तेव्हा चाळिशीपासून पुढील काही वर्षे लढाई, द्वंद्व, दूरचे प्रवास इत्यादी कटाक्षाने टाळावेत...’ असे त्याने लेखी कळविले होते. त्यातच भर म्हणून की काय, डॉ. मायकेल नॉस्त्रादेमसच्या भविष्यवाणीतील पस्तिसावी चतुष्पदी दुसरा हेन्री यालाच अनुलक्षून रचली असल्याचा अभिप्राय जाणकारांनी नोंदविला. त्याच्या अचूक भविष्यवाणीची युरोपमध्ये सर्वत्र चर्चा होत होती. सिंह हे फ्रान्सच्या राजघराण्याचे चिन्ह, म्हणून सिंहासनाधिष्ठित राजा ‘सिंह’ याच संकेत-शब्दाने उल्लेखला जाऊ शकत होता.

राणी कॅथरीनने दीर्घ काळ राजा हेन्रीसमवेत विचार विनिमय केला. नियती,

भाकीते वगैरे भाकडकथांवर वीरवृत्तीच्या हेन्रीचा मुळीच विश्वास नव्हता. परंतु, नॉस्त्रादेमसच्या अचूक भविष्य वर्तविण्यावर कॅथरीनचा पूर्ण विश्वास आणि श्रद्धा होती. शेवटी राणीच्या आग्रहाखातर राजा हेन्रीने नॉस्त्रादेमसला पॅरिस येथे येण्याचे निमंत्रण दिले. सेलोन ते पॅरिस हा प्रवास सामान्यत: दोन महिन्यांचा काल घेतो. म्हणून 'शाही डाक सेवे'च्या (Royal Mail Service) घोडागाडीतून नॉस्त्रादेमसला आणण्याची सोय केली. १४ जुलै १५५५ला सेलोन येथून निघालेला नॉस्त्रादेमस एका महिन्यातच, म्हणजे १४ ऑगस्ट १५५५ रोजी पॅरिस येथे पोहोचला. नॉस्त्रादेमसला राजाचे भवितव्य पूर्णपणे कळून चुकले होते. परंतु, स्वत: राजाच समोर बसला असताना त्याच्या मृत्यूचा वृत्तांत कथन करण्याचे धाडस करणे अथवा अप्रत्यक्षपणे तसे सुचविणेदेखील अत्यंत कठीण होते. नॉस्त्रादेमसने ती वेळ कशी निभावून नेली याचा अधिकृत तपशील उपलब्ध नाही. परंतु, राजासमवेतची मुलाखत काही मिनिटांतच आटोपली आणि राजा बैठकीतून उठून गेला. त्यानंतर राणी कॅथरीनने सुमारे दीड तास नॉस्त्रादेमसला 'त्या' बहुचर्चित चतुष्पदीबद्दल खोदून खोदून विचारले. परंतु नॉस्त्रादेमसने काहीही स्पष्टीकरण केले नाही. बरेच पाल्हाळिक मात्र ऐकविले. त्याचा सारांश इतकाच होता, "जगात सारं काही घडतं ते नियतीमुळेच. त्यात कुणालाही ढवळाढवळ करता येत नाही आणि नियती कुणीही बदलू शकत नाही... मी जे काही लिहिलं ते ग्रहगोलांच्या आणि दैवी शक्तीच्या मदतीनंच लिहिलं आहे... त्यात एक शब्दही बदलता येणार नाही..."

तो विषय संपल्यानंतर राणीने आपल्या चारही राजपुत्रांच्या कुंडल्या पाहण्यासाठी त्याच्यासमोर ठेवल्या. त्यावर दृष्टिक्षेपही न टाकत तो म्हणाला, "मी सांगतो त्यावर विश्वास ठेव... तुझ्या संततीच्या नशिबात मला चार राज्याभिषेक दिसतात..." राणी काहीशी सुखावली आणि राजवाड्यात परतली.

पॅरिस मुक्कामी नॉस्त्रादेमसभोवती सतत अमीर-उमरावांचा गोतावळा जमलेला असे. प्रत्येक जण आपापली कुंडली आणि सुवर्णमुद्रांची थैली घेऊन त्याला भेटायला येई. हळूहळू नॉस्त्रादेमला हे सर्व असह्य होऊ लागले. एक दिवस दुपारी तो विश्रांती घेत असताना कुणा एका उमरावाचा लाडका कुत्रा हरवला. त्याचा शिपाई येऊन दार ठोठावू लागला. तेव्हा जागचे न उठता नॉस्त्रादेमसने पडल्या पडल्याच ओरडून सांगितले, "तुम्ही ऑर्लिन्सच्या रस्त्यावर जाऊन शोध घ्या... तुमचा कुत्रा साखळीला बांधून चालविलेला आढळेल... जा, आता अधिक सतावू नका." आणि खरोखरच त्या उमरावाचाच एक नोकर त्या कुत्र्याला साखळीने बांधून घेऊन जात असलेला आढळला. ही वार्ता साऱ्या पॅरिस शहरात वाऱ्यासारखी पसरली. नॉस्त्रादेमस काही चेटूक किंवा पिशाच्चसाधन करतो किंवा काय, याचा शहरातील धर्मगुरू आणि न्यायाधीश कसोशीने शोध घेऊ लागले. धास्तावलेला नॉस्त्रादेमस तातडीने पॅरिस सोडून सेलोनला परतला. कारण त्या

काळात फ्रान्समध्ये चेटूक किंवा पिशाच्चसाधन करणाऱ्यांना देहांतशासन केले जाई.

सेलोनमध्ये परतल्यानंतर नॉस्त्रादेमसने कुंडल्या पाहणे आणि भविष्यकथन करणे सोडूनच दिले आणि आपल्या 'सेंच्युरीज' या ग्रंथाच्या उर्वरित लेखनावर लक्ष केंद्रित केले. ग्रंथाचा पहिला भाग 'प्रोफेतिक्स द मायकेल नॉस्त्रादेमस' (मायकेल नॉस्त्रादेमसची भविष्यवाणी) या नावाने यापूर्वीच (१५५५) प्रसिद्ध झाला होता. त्यात तीन शतके आणि चौथ्या शतकातील काही चतुष्पदींइतकाच मजकूर होता. ऊर्वरित सुमारे सहाशे-आठ चतुष्पदी अद्याप अप्रकाशित होत्या. त्यांची हस्तलिखिते जाणकार मित्रांना दाखवून त्यांवर त्यांचे मत अजमाविण्याला त्याने प्रारंभ केला, आणि त्यांच्याच आग्रहावरून पूर्वी प्रसिद्ध केलेल्या पहिल्या भागात आणखी काही चतुष्पदींची भर घालून त्याची दुसरी आवृत्ती (१९५७) प्रकाशित केली. या दुसऱ्या आवृत्तीची लोकमान्यता इतकी काही वाढली की स्वत: नॉस्त्रादेमसही हबकून गेला.

आता त्याला वेगळ्याच भीतीने घेरले होते. गेली तीन-चार वर्षे तो पंचांग-पत्रिका छापून प्रकाशित करीत असे. त्यात वार्षिक भविष्य छापलेले असे. पाऊस केव्हा अन् कोठे पडेल, कोणत्या भागात पूर अथवा अवर्षण येईल, कोणत्या भागात रोगाची साथ येईल वगैरे भाकीतांचा इतका तंतोतंत पडताळा येई की त्याच्या लाखो प्रती हातोहात खपू लागल्या. साहजिकच युरोपात वार्षिक भविष्यकथनाची लाटच आली. कानाकोपऱ्यातले कुडबुडे ज्योतिषी आपापली वार्षिक भाकिते छापून बाजारात आणू लागले. परंतु, ती मुळीच अनुभवास येईनात. काही मंडळी तर याहीपुढे जाऊन आपली भाकीते नॉस्त्रादेमसच्या नावाने छापू लागली. तीही सतत चुकीची ठरू लागली. सामुदायिक फसवणूक होऊ लागली, आणि राज्यशासन त्यावर बंदी आणण्याचा विचार गंभीरपणे करू लागले. या सर्व बाबींना विटून गेलेल्या नॉस्त्रादेमसने आता तो भाग बंदच करून टाकला. मात्र आधीच प्रकाशित केलेल्या भविष्यवाणीच्या पहिल्या भागातील पस्तिसावी चतुष्पदी एव्हाना जनसामान्यांपर्यंत जाऊन पोहोचली होती.

त्यात राजाच्या मृत्यूबद्दल स्पष्ट कथन केले आहे. अद्याप तसे घडले नव्हते, इतकेच. परंतु जेव्हा केव्हा ते घडेल तेव्हा, 'नॉस्त्रादेमस काहीतरी अघोरी साधना करतो आणि त्यामुळेच राजाचा मृत्यू घडून आला,' असा जनसामान्यांचा ग्रह होऊन बसेल, आणि जर शासनानेही तो दृष्टिकोन स्वीकारला तर त्या गैरसमजाचे फार भयंकर परिणाम होतील, आपल्या जिवाला धोका पोहोचेल आणि आपले अनमोल लिखाणही नष्ट केले जाईल, ही भीती त्याला भेडसावू लागली.

संभाव्य परिणामांचा खोलवर विचार करून नॉस्त्रादेमसने मोठ्या धूर्तपणे राजा हेन्रीला सविस्तर पत्र लिहिले. त्यात पुढील साडेचारशे वर्षांच्या भविष्यकथनाचा गोषवारा कळविला, आणि पुढे लिहिले, "....हे सारं भविष्यकथन मी परमेश्वराच्या

इच्छेनं आणि दैवी शक्तीच्या मदतीनंच केलं आहे. माझ्या पदरचं असं त्यात काहीच नाही. सर्व ज्ञान ग्रहगोलांनी आणि दैवी शक्तीनंच दिलं असल्यानं सारं लेखन ईश्वरीच आहे. परंतु दुष्ट प्रवृत्तीची माणसं त्यावर घाणेरडी टीका करतील आणि ती टीका खुद्द परमेश्वरावरच केल्याप्रमाणे होईल. तसंच हे सारं भविष्यकथन स्पष्ट आणि तारीखवार सुसंगत लिहिलं आणि यदाकदाचित ते दुष्ट प्रवृत्तीच्या व्यक्तींच्या हाती पडलं तर त्याचा भयानक दुरुपयोगही झाल्याखेरीज राहणार नाही.

"हा सर्व सारासार आणि शक्याशक्यतेचा विचार करूनच हे सर्व लिखाण आपल्या चरणी अर्पण करतो आहे..."

यानंतर आता हे लिखाण नष्ट करणे किंवा यावर बंदी घालणेही कुणालाच शक्य नव्हते.

नॉस्त्रादेमसने अप्रतिम चाल केली होती.

□

“

५.

मृत्यूच्या भाकीताने राणी भ्याली....
राजा हसला

”

'प्रोफेतिक्स द मायकेल नॉस्त्रादेमस' या शीर्षकाने प्रकाशित झालेल्या 'सेंच्युरीज'-च्या पहिल्या भागाची दुसरी आवृत्ती (१५५७) प्रकाशित झाल्यानंतर दोन वर्षांनी (१५५९) फ्रान्सच्या राजघराण्यात दोन विवाह समारंभ साजरे करण्यात आले. राजकन्या एलिझाबेथ हिचा विवाह स्पेनचा दुसरा फिलिप याच्याशी आणि राजाची धाकटी बहीण मार्गरिट हिचा विवाह ड्यूक ऑफ सॅव्हॉय याच्याशी झाला. तीन दिवस सतत मेजवान्या, नाच-गाणे, क्रीडास्पर्धा वगैरे आयोजित करण्यात आले होते. सेंट अँटनी चर्चच्या विस्तीर्ण प्रांगणात क्रीडास्पर्धा आयोजित केल्या होत्या. स्वत: राजा हेन्री क्रीडास्पर्धांत सहभागी होत असल्यामुळे प्रेक्षकांच्या उत्साहाला तर पारावारच नव्हता.

युरोपात त्या काळी घोडेस्वारांचे भालाद्वंद्व (lancing) हा सर्वाधिक कौशल्याचा आणि प्रेक्षणीय क्रीडाप्रकार मानला जात असे. अमीर उमराव आणि राजेराजवाड्यांत तर हा खेळ प्रतिष्ठेचा मानला जात असे. राजा दुसरा हेन्री हा फ्रान्सचा अजिंक्य घोडेस्वार भालापटू होता. त्याचे या खेळातील कौशल्य निर्विवाद होते.

मैदानाच्या दोन बाजूंनी घोडेस्वार भालापटू सरळ रेषेत एकमेकांच्या दिशेने अत्यंत वेगाने दौडत येत आणि प्रतिस्पर्ध्यावर भाल्याचा आघात करून त्याला घोड्यावरून पाडण्याचा प्रयत्न करीत. खेळताना इजा होऊ नये म्हणून सर्वांगावर पोलादी चिलखत आणि मस्तकावर पोलादी शिरस्त्राण घालूनच हा खेळ खेळला जात असे. एकमेकांच्या दिशेने दौड घेताना घोड्याचा वेग कमी-अधिक करून

अथवा दिशा किंचित् तिरकी करून प्रतिस्पर्ध्याचा अंदाज चुकविणे किंवा अंग चोरून त्याच्या आघातातील जोर वाया घालविणे आणि त्याच वेळी आपले सामर्थ्य एकवटून त्याच्यावर प्रहार करून त्याला पाडणे हा कौशल्याचा भाग असे. हेन्री या सर्व बाबींमध्ये अत्यंत वाकबगार भालापटू होता.

'सर्वोत्तम ठरणाऱ्या भालापटूसमवेत राजा स्वत: खेळणार', असे घोषित होताच राणी कॅथरीनच्या मनात पाल चुकचुकली. तिला राजज्योतिषी लुक गॉरिकस याचा इशारा आठवला. नॉस्त्रादेमसची दोन सिंहांच्या द्वंद्वयुद्धाचे वर्णन करणारी 'बहुचर्चित' चतुष्पदीही आठवली. तिने लागलीच राजाला खेळात भाग न घेण्याविषयी गळ घातली. परंतु, भाकीतांवर मुळीच विश्वास नसलेल्या राजा हेन्रीने ती गोष्ट हसण्यावारी नेली.

पहिल्या दिवशीच्या स्पर्धांत ड्यूक ऑफ सॅव्हॉय हा राजशालक सर्वोत्तम भालापटू ठरला. साहजिकच राजा हेन्रीसमवेत आव्हान फेरी खेळून आपले कसब अजमाविण्याचा बहुमान त्याला प्राप्त झाला. राजाच्या मस्तकावर सुवर्णाचा मुलामा दिलेले शिरस्त्राण पाहताच राणीच्या काळजाचा ठोका चुकला. तिला चतुष्पदीला सुवर्ण-शिरस्त्राणात शिरणाऱ्या भाल्याचे वर्णन आठवले. पण क्षणार्धातच राजाने ड्यूकला घोड्यावरून पाडले आणि राजाच्या जयजयकारात पहिल्या दिवसाची समाप्ती झाली.

दुसऱ्या दिवशी ड्यूक ऑफ गाइज हा उमदा युवक सर्वोत्तम भालापटू ठरला आणि प्रेक्षकांच्या जयघोषात राजा राजकक्षातून खाली मैदानात उतरला. चिलखत आणि सुवर्ण-शिरस्त्राण चढवून घोड्यावर मांड घेणाऱ्या राजाला पाहताच राणी कॅथरीन कळवळली. काय होणार होते? "नियती कुणीही बदलू शकत नाही," हे नॉस्त्रादेमसचे बोल तिच्या कानांत घुमू लागले.

राजकक्ष सोडतानाच तिने राजाला अडवून लुक गॉरिकस आणि नॉस्त्रादेमसच्या भविष्यवाणींचा आठवण करून दिली आणि 'खेळू नये' असे विनविले. राजाने मात्र, "खुळी आहेस तू.. अशा भाकडकथांवर काही अवलंबून नसतं... पाहशीलच तू.." असे म्हणून तिची विनंती धुडकावून लावली.

सायंकाळच्या तिरप्या किरणांत तळपणारे सोनेरी शिरस्त्राण राणी जीव मुठीत धरून एकटक बघत होती. धूळ उडवीत घोडदौड सुरू झाली अन् निमिषार्धातच राजा आणि ड्यूक एकमेकांना भिडले. राजाने ड्यूकला अस्मान दाखविले आणि प्रेक्षकांनी जयघोष करीत मैदान डोक्यावर घेतले.

तिसऱ्या दिवशी नॉर्मंडीचा कॅप्टन गॅब्रिएल द मॉन्तगोमरी सर्वोत्तम भालापटू ठरला, आणि शेवटच्या अजिंक्यपदाच्या आव्हान फेरीसाठी राजकक्षातून राजा हेन्री खाली उतरू लागला.

राणी कॅथरीनला पाहवेना. तिचे मन आकांत करून उठले. तिने अडविताच राजा म्हणाला, "अग, काय हा वेडेपणा? रोज तू पाहतेच आहेस ना, काय घडतंय ते...

उत्तम खेळाडू हा उत्तमच असतो.. नियती वगैरे सगळ्या कल्पनाच आहेत नुसत्या... असल्या कपोल-कल्पितांवर विश्वास तरी कसा ठेवतेस? ... या देशाची महाराणी आहेस तू.. असला भित्रेपणा तुला शोभत नाही....."

राजाने चिलखत आणि सोनेरी शिरस्त्राण परिधान केले. इशाऱ्याचे निशाण हलताच दोन्ही घोडेस्वार वेगाने दौडत निघाले. राणी कॅथरीन मनातल्या मनात परमेश्वराचा धावा करीत होती, "परमेश्वरा; एवढा एक सामना सुरळीत पार पडू दे...."

धुरळ्याचे लोट उसळीत दोन्ही घोडेस्वार एकमेकांना भिडले. राजाची मांड थोडी ढिली राहिली. पण राजा पडता पडता सावरला. दोघांचेही भाले मोडून पडले आणि बरोबरी झाली.

कॅप्टन मॉन्तगोमरी पायउतार होऊन राजासमोर गुडघे टेकवीत म्हणाला, "आपल्यासारख्या अद्वितीय भालापटूसमवेत द्वंद्व करण्याची संधी मिळाली हा माझ्या आयुष्यातील भाग्याचा क्षण आहे, असं मी मानतो... परंतु आज जर नशिबाची थोडीशी साथ मिळाली असती तर फ्रान्सच्या अजिंक्य भालापटूला पराभूत करण्याचा बहुमान मला प्राप्त झाला असता...."

राजा हसून म्हणाला, "तरुण गृहस्था, कशाला इतकं वाईट वाटून घेतोस, अन् नशिबाला बोल लावतोस?... अरे, हा कौशल्याचा खेळ आहे... नशीब वगैरे सारं खोटं आहे. ... वाटलं तर आपण आणखी एक फेरी खेळूया... मग तर झालं?"

राणी 'नको नको' म्हणत असताना पुन्हा नवीन भाले मागविण्यात आले. एकही प्रेक्षक जागेवरून हलण्यास तयार नव्हता. असे अप्रतिम द्वंद्व पुन्हा पुन्हा थोडेच पाहायला मिळते?

उतरवून ठेवलेले सोनेरी शिरस्त्राण राजाने परत मस्तकावर चढविले. परंतु शेवटची फेरी म्हटल्यावर थोडेसे शैथिल्य आलेच होते. शिरस्त्राणाची डोळ्यांवरील जाळीदार पट्टी ओढून घेतली. परंतु तिचा हनुवटीखाली बांधावयाचा पट्टा मात्र तसाच राहून गेला.

धुरळा उडवीत दोन्ही घोडेस्वार अत्यंत वेगाने झेपावत एकमेकांना भिडले. सारा जनसमुदाय श्वास रोखून ते अत्युत्तम भालापटूंचे द्वंद्व पाहात राहिला. मॉन्तगोमरीने सारी शक्ती एकवटून राजाच्या छातीवर प्रहार केला. भाला चिलखतावर आदळून मस्तकाकडे वळला आणि पट्टा न बांधलेल्या डोळ्यांवरील जाळीत अडकून मोडला. राजा घोड्यावरच कलंडला. राणी कॅथरीन किंचाळून बेशुद्ध झाली.

सारा जनसमुदाय अवाक् होऊन जागच्या जागीच स्तब्ध उभा राहिला. भाल्याचा एक तुकडा डोळ्यात आणि एक तुकडा गळ्यात घुसला होता.

नॉस्त्रादेमसची चतुष्पदी ठाऊक असणाऱ्यांना अनामिक भीतीने घेरले होते... हा राजाचा शेवट असेल काय?

राजवैद्याने अत्यंत लगबगीने राजाला तंबूत हलविले आणि दोन्ही तुकडे काढून

टाकून जखमांवर उपचार केले. पण जखमा चिघळतच गेल्या आणि असह्य यातना भोगीत राजा हेन्री दहा दिवसांनी इहलोक सोडून गेला.

नेहमीच अचूक आणि सत्य कसोटीवर उतरणारे भाकीत करणाऱ्या नॉस्त्रादेमसचा उदो उदो करणारे पॅरिसचे नागरिक आता मात्र पिसाळल्यागत होऊन त्याला शिव्याशाप देऊ लागले, "... त्यानंच चेटूक करून आमच्या राजाला मारलं... ही कसली भविष्यवाणी?... ही तर सैतानाचीच वाणी म्हटली पाहिजे... कुठे आहे तो थेरडा नॉस्त्रादेमस?.. ठेचून काढा त्याला..."

खेळातील अपघात म्हणून कॅप्टन मॉन्तगोमरीला अभय देण्यात आले होते. घाबरलेल्या नॉस्त्रादेमसने शेकडो मैल दूर सेलोनमध्ये स्वत:ला कोंडून घेतले होते. राणीने त्याच्या रक्षणार्थ शिपाई पाठविले होते.

□

“

६.

महान द्रष्टा, सर्वाधिक जाणकार खगोलशास्त्रज्ञाच्या कर्तृत्वदायी पर्वाचा अस्त

”

पॅरिसचे प्रजानन खवळले होते, तर राजदरबारातील अमीर उमराव राजा हेन्रीच्या भीषण मृत्यूने हबकले होते. पॅरिसचा पोलीस प्रमुख विमनस्कपणे उद्गारला,

“... काय कुणाची शापवाणी असेल ती असो... परंतु जे काही घडलंय ते मात्र इतकं काही भयानक आहे... पिशाच्चकरणीच आहे जणू...”

नॉस्त्रादेमसला उद्देशूनच हे उद्गार होते. यात काही संशय नाही. तो पॅरिसमध्ये सापडला असता तर त्याची खैर नव्हती. राणी कॅथरिनने मात्र त्याही परिस्थितीत स्वत:ला सावरले आणि आपल्या खास अंगरक्षकांचे एक पथक तातडीने सेलोन येथे धाडले. ‘कोणत्याही परिस्थितीत नॉस्त्रादेमसचे संरक्षण केलेच पाहिजे’, असे त्यांना बजावण्यात आले होते.

सेलोनचे नागरिक देखील पिसाटलेच होते. परंतु, राणीच्या पथकाने आपले काम चोख बजावले. पिशाच्चसाधन, मंत्रतंत्र किंवा जादूटोणा करणाऱ्यांना त्या काळी जिवंत जाळून ठार केले जाई. राणीच्या अंगरक्षकांनी सेलोनच्या नागरिकांना नॉस्त्रादेमसच्या घराच्या आसपासही येऊ दिले नाही. शेवटी त्यांनी नॉस्त्रादेमसची एक प्रतिमा तयार केली आणि हमरस्त्यावरील चौकात ती प्रतिमा जाळून राग शांत केला. नॉस्त्रादेमसचे हितशत्रू मात्र मुळीच स्वस्थ बसले नव्हते. त्यांना काही केल्या ‘सेंच्युरीज’ या ग्रंथावर बंदी घालता येईना. शेवटी अंधश्रद्धा बोकाळते वगैरे आरोप करून त्यांनी नॉस्त्रादेमसच्या वार्षिक पंचांग-पत्रिकांवर बंदी आणली. (३१ जानेवारी १५६०). नॉस्त्रादेमसच्या या भीषण परंतु अचूक भविष्यकथनाची वार्ता अधिकच वेगाने पसरू लागली. साहजिकच

'सेंच्युरीज' प्रतींना अधिकाधिक मागणी येऊ लागली. वास्तविक त्या काळात पुस्तक अथवा ग्रंथ ही अत्यंत महागडी आणि चैनीची बाब समजली जात असे. सामान्य माणूस ग्रंथ विकत घेण्याच्या भानगडीत सहसा पडत नसे. फार काय, विद्यापीठे आणि ग्रंथालयांतील पुस्तके साखळीने भिंतीला टांगून ठेवली जात असत आणि तरीदेखील पुढील ऐंशी वर्षांत 'सेंच्युरीज' या ग्रंथाच्या सव्वीस प्रमुख आणि चार बनावट आवृत्त्या काढण्यात आल्या. किरकोळ आवृत्तींची गणतीच नाही. यावरून नॉस्त्रादेमसची कीर्ती आणि त्याच्या भविष्यवाणीबद्दल लोकांना वाटणारे आकर्षण याची कल्पना यावी.

हेन्रीच्या मृत्यूनंतर ज्येष्ठ राजपुत्र फ्रान्सिस दुसरा या नावाने गादीवर आला. स्कॉटलंडचा राजा जेम्स स्टुअर्ट पाचवा याची कन्या मेरी हिच्यासमवेत तो विवाहबद्ध झाला. हीच राजकन्या मेरी स्टुअर्ट नंतर मेरी क्वीन ऑफ स्कॉट्स म्हणून इतिहासात गाजली.

गादीवर येऊन दोन वर्षेही झाली नव्हती तो राजा फ्रान्सिस दुसरा काही विचित्र आजार होऊन बेशुद्ध झाला आणि काही केल्या शुद्धीवर येईना. राजदरबारचे मुत्सद्दी जाणकार वगैरे हवालदिल झाले. राजाला अद्याप मूल झाले नव्हते आणि आता संतती होण्याची आशा मावळत चालली होती. त्यांना नॉस्त्रादेमसच्या दहाव्या शतकातील एकोणचाळिसावी चतुष्पदी भेडसावू लागली.-

"Premier fils veufue malheurex mariage
Sans nuls enfans deux Isles en discorde.
Avant dixhuict incompetant eage
De l` Autre pres plus bas sera l`accord."

सामान्यत: या चतुष्पदीचा अर्थ असा लावता येईल–
"....विधवेचा पहिला पुत्र आणि त्याचा दुर्दैवी विवाह...
..(या विवाहापासून) संतती होणार नाही.
.. दोन बेटांमध्ये बेबनाव घडून येईल...
.. प्रौढदशेत न आलेल्या मुलाचा वाङ्निश्चय होईल..."

थोडा विचार केल्यानंतर या चतुष्पदीचा भावार्थ लक्षात येतो. विधवेचा म्हणजे राणी कॅथरीनचा पहिला पुत्र फ्रान्सिस याचा दुर्दैवी विवाह.. कारण तो अचानक फार आजारी पडल्यामुळे संतती होण्याची आशा मावळलीच होती. आता प्रौढ न झालेल्या मुलाचा वाङ्निश्चय म्हणजे धाकटा राजपुत्र नववा चार्ल्सचा वाङ्निश्चय करावा लागणार. म्हणजे सरळच अर्थ निघतो की फ्रान्सिस मृत्यू पावणार आणि मग त्याची विधवा मेरी स्टुअर्ट स्कॉटलंडला परत जाऊन बापाच्या राज्यावर हक्क सांगू लागली

तर इंग्लंड आणि स्कॉटलंड या दोन बेटांमध्ये बेबनाव निर्माण होणार.

दरबारी मुत्सद्यांची भीती अत्यंत सार्थ होती.

नॉस्त्रादेमसची भविष्यवाणी पुन्हा एकदा प्रत्ययाला आली. नववा चार्ल्स वयाच्या अकराव्या वर्षीच गादीवर आला. ऑस्ट्रियाची किशोरावस्थेतील राजकन्या एलिझाबेथ हिच्यासमवेत त्याचा वाङ्निश्चय करण्यात आला. मेरी क्वीन ऑफ स्कॉट्स स्कॉटलंडला परतली आणि इंग्लंडचे राजघराणे अत्यंत संतप्त झाले.

राजमाता कॅथरीनने राजा चार्ल्सला समवेत घेऊन १५६४मध्ये संपूर्ण फ्रान्सचा दौरा केला. त्यात ती सेलोन येथेही आली. राजा आणि राजमाता येणार म्हणून सेलोनवासीयांनी जय्यत तयारी केली.. प्रत्येक जण राजाच्या नजरेत भरावे म्हणून पुढे पुढे करीत होता. साध्या स्वभावाचा, वृद्धत्वाकडे झुकलेला नॉस्त्रादेमस शांतपणे रस्त्याच्या कडेला उभा होता.

राजमाता कॅथरीनची नजर त्याला पाहण्यासाठी भिरभिरत होती. तो नजरेला पडताच त्याला बोलावून तिने विचारपूस केली आणि 'सर्व कुटुंबीयांसमवेत भेटण्यास ये' असे निमंत्रणही दिले. सेलोन सोडण्यापूर्वी तिने नॉस्त्रादेमसला राजवैद्य हा बहुमानाचा किताब, निवृत्ती वेतन आणि अनेक अमूल्य भेटवस्तूंसहित तीनशे सुवर्णमुद्रा दिल्या.

नॉस्त्रादेमसला आता पैलतीर दिसू लागला होता. त्याने मृत्युपत्र करून मालमत्तेची व्यवस्था केली. १ जुलै १५६६ रोजी चर्चच्या अधिकाऱ्यांना घरी बोलावून त्यांचा सत्कार केला आणि ख्रिश्चन धर्मातील रूढीप्रमाणे आपल्या हातून घडलेल्या आयुष्यातील सर्व चुकांबद्दल क्षमायाचना (Confession) केली.

सायंकाळी आपला शागीर्द डॉ. जीन शॉव्हिनी याच्यासमवेत यथेच्छ हास्यविनोद, गप्पागोष्टी केल्या आणि निरोप घेताना म्हटलं,

"... मुला, तुझ्यामुळे माझं खडतर जीवन उतारवयातही कितीतरी सुखकर झालं होतं... मी तुझा फार फार आभारी आहे... ईश्वर तुला सुखात ठेवो...."

शॉव्हिनीने जरा कुतुहलानेच, पण हसून विचारलं,

"... गुरुजी, नेहमीसारखं 'शुभरात्री' न म्हणता आज तुम्ही असं काय बोलताय? ... मी काहीतरी तुमच्या मनाला लागेल असं बोलून गेलो काय? ... मला क्षमा करा... चुकलो मी..."

पण नॉस्त्रादेमस जरासा गंभीर होऊन उद्गारला,

"... बाळा, आपला ऋणानुबंध आता संपला रे... उद्या सूर्योदयानंतर तू येथे येशील तेव्हा मी नसणार...

... बरंय तर... ये आता... परमेश्वर तुला उदंड सुखी आयुष्य देवो..."

दुसऱ्या दिवशी सकाळी त्याच्या कुटुंबीयांना आणि स्नेही मंडळींना नॉस्त्रादेमस आपल्या पलंगाजवळील बाकावरच गतप्राण होऊन पडलेला आढळला. शेजारीच

टेबलावर ठेवलेल्या कॅलेन्डरची पाने वाऱ्यावर फडफडत होती...

... जमलेल्या निकटवर्ती मंडळीपैकी कुणीतरी सहज चाळा म्हणून कॅलेन्डर ठाकठीक केले आणि आजच्या दिनांकाचे, २ जुलै १५६६चे पान व्यवस्थित उघडून ठेवले. एखाद्या व्यावसायिक डॉक्टरला शोभून दिसेल इतक्या किरट्या आणि वेड्यावाकड्या अक्षरात एक चतुष्पदी त्या पानावर पूर्वीच कधीतरी खरडलेली होती–

"De retour d'Ambassade don du Roy mis qulieu
Plus n'en fera: Sera alle Dieu
Parans plus proches amiss freres du sang
Trouve tout mort pres du lict et du bane"

"... तो (बाहेर कुठेतरी) जाऊन येईल...

... राजाने दिलेली भेटवस्तू खणात (तिजोरीत) सुरक्षित ठेवील...

... त्यानंतर तो काहीच करणार नाहीये...

... कुटुंबीयांना आणि स्नेह्यांना त्याचे मृत शरीर पलंगाजवळच बाकावर पडलेले आढळून येईल..."

एका महान पर्वाचा अस्त झाला होता. महान द्रष्टा, जगातील सर्वाधिक जाणकार ज्योतिषी-खगोलशास्त्रज्ञ, निष्णात गणिती, भाषापंडित आणि बरेच काही असलेला थोर मनाचा आणि मानवजातीच्या कल्याणाविषयी मनापासून कळकळ असणारा महान आत्मा इहलोकीची यात्रा संपवून अखेरच्या प्रवासाला निघून गेला होता...

२ जुलै १५६६.

□

“

७.

अस्तित्वात न आलेल्या बाबींबाबतही भाष्य, नवे शब्दप्रयोगही

”

सेलोनमधील घराचा दरवाजा ठोठावला गेला. नॉस्त्रादेमसने दार उघडले, बाहेर एक तिशीच्या सुमाराचा युवक उभा होता. “... मी जीन शॉव्हिनी... ग्रीक भाषेचे पंडित डॉ. जीन दोरा यांचा शागीर्द... त्यांच्याच सांगण्यावरून तुमचा शागीर्द होण्यासाठी आलोय...”

या १५५४मधील घटनेनंतर तब्बल बारा वर्षे शॉव्हिनीने नॉस्त्रादेमसची अगदी मन लावून सेवा केली. नॉस्त्रादेमसने स्वत:बद्दल फारसे काही लिहून ठेवले नाही, पण त्याच्या या शिष्योत्तमाने अनेक पुस्तके प्रकाशित केली. त्यातून नॉस्त्रादेमसच्या जीवनाबाबत अधिकृत माहिती मिळू शकते.

‘सेंच्युरीज’ या ग्रंथाचा पहिला भाग प्रकाशित झाला (१५५५) त्यापूर्वी सुमारे वीस वर्षे नॉस्त्रादेमस आपल्या चतुष्पदींची आणि षट्पदींची रचना करीत होता.

अनेक भाषांचे ज्ञान असल्यामुळे त्याने आपल्या रचनांमधून अनेक ग्रीक, लॅटिन, वगैरे शब्द उपयोगात आणले आहेत. काही शब्दांचा प्रथमच सांकेतिक वापर केला, तर काही शब्द नव्यानेच योजले जे खूप नंतर प्रचारात आले.

त्याच्या जीवन काळात (सोळावे शतक) रशिया हा देशच अस्तित्वात नव्हता. तरीदेखील त्याने द्रष्टेपणाने ‘अस्वल’ हा शब्द योजला आहे. मुंबईतील जे. जे. स्कूल ऑफ आर्टस्च्या प्राचार्यांचे ख्यातनाम चिरंजीव सर रूडयार्ड किपलिंग यांनी एकोणिसाव्या शतकाच्या उत्तरार्धात रचलेल्या ‘द ट्रूस ऑफ द बेअर’ या उपहासात्मक कवितेत रशियनांना उद्देशून अस्वल (बेअर) हा शब्द प्रथमच योजलेला दिसतो. परंतु द्रष्ट्या

नॉस्त्रादेमसने मात्र तोच शब्द त्याच्या ३३५ वर्षे अगोदर योजला होता. राणी एलिझाबेथ पहिली हिच्या कारकीर्दीच्या अखेरीस (१५५८-१६०३) इंग्लंड, स्कॉटलंड, आयर्लंड आणि वेल्स यांचे ग्रेट ब्रिटन नावाचे संघराज्य निर्माण झाले. नॉस्त्रादेमसच्या लिखाणात सुमारे साठ वर्षे अगोदर ग्रेट ब्रिटन हा शब्द प्रकाशित झाला. एकविसाव्या शतकाच्या प्रारंभी सुरू होणाऱ्या महायुद्धाला तो ग्रीक भाषेतील आर्मगेडन (निर्णायक युद्ध) असा अत्यंत समर्पक शब्द योजतो.

आपल्या मृत्यूनंतर करण्यात येणाऱ्या अंत्यसंस्कारांबाबत त्याने तपशीलवार सूचना लिहून ठेवल्या होत्या. त्याने मृत्यूपूर्वी कुणा कारागिराकडून एका तांब्याच्या पत्र्यावर काही मजकूर कोरला होता आणि तो दिसू नये म्हणून त्यावर कागद चिकटवून वर रेशमी कापडाचे आवरण शिवून टाकले होते.

हा पत्र्याचा फलक गळ्यात अडकविण्यासाठी त्याला साखळी लावली होती. हा पत्र्याचा फलक गळ्यात अडकवून आपले शरीर उभे दफन करावे, अशी सूचना त्याने केली होती.

त्याच्या महानिर्वाणानंतर (१५६६) सुमारे सव्वादोनशे वर्षांनी फ्रान्समध्ये राज्यक्रांतीचे वारे वाहू लागले (१७८९). तीन-चार वर्षे सतत मारामाऱ्या, चकमकी, लुटालूट, जाळपोळ वगैरे अराजक माजले होते. राजा आणि सरंजामशाही विरुद्ध सामान्य नागरिक असा लढा चालू झाला होता. या गडबडीत काही भुरट्या चोरांनी स्मशानातील बऱ्यापैकी थडगी उकरून त्यातील उत्तम वस्त्रे, दागदागिने वगैरे पळविण्याचा उद्योग आरंभला. त्यात १७९२मध्ये नॉस्त्रादेमसचे खूपच बऱ्या अवस्थेत असलेले थडगे दोन भुरट्यांनी उकरले. परंतु त्याच वेळी जवळपास क्रांतिकारकांच्या आणि शाही सैनिकांच्या चकमकी झडत होत्या. तेथील गोळीबारातील काही इतस्तत: भरकटलेल्या गोळ्या स्मशानात आल्या, त्या लागून हे दोघेही भुरटे जागच्या जागीच ठार झाले. दुसऱ्या दिवशी सकाळी स्मशानाचे रखवालदार येऊन पाहतात तो एक थडगे अर्धवट उकरलेले आणि दोघे जण तेथेच गतप्राण होऊन पडलेले. थडग्यात अर्धवट उकरलेला एक सापळा होता. त्याच्या गळ्यात तांब्याचा पत्रा लटकत होता. त्यावर कोरलेले शब्द होते–

१७९२

"माझं थडगं उकरणारे दोघेही क्रांतिकारकांच्या भरकटलेल्या गोळ्यांचं लक्ष्य होऊन येथेच मरून पडतील."

– मायकेल नॉस्त्रादेमस, २ जुलै १५६६.

नॉस्त्रादेमसच आपल्या मातृभूमीवर निरतिशय प्रेम होते. साहजिकच त्याने फ्रान्सबद्दल आणि फ्रेंच राज्यक्रांतीबद्दल तपशीलवार लिहून ठेवले आहे. त्यातील

घटना पाहून नंतर इतिहास लिहावा इतक्या त्या स्पष्ट आहेत. पण प्रत्यक्षात मात्र, नॉस्त्रादेमस देशात राज्यक्रांती घडण्यापूर्वीच कितीतरी आधी सुमारे २२५ वर्षे अगोदर इहलोक सोडून गेला होता. त्यामुळेच त्याच्या भविष्यात डोकावून पाहण्याच्या सिद्धीविषयी विचार करताना मती गुंग होते.

अठराव्या शतकात इंग्लंड, स्पेन, पोर्तुगाल, हॉलंड इत्यादी देशांनी युरोपबाहेर वसाहती निर्माण करून प्रचंड प्रमाणावर संपत्ती गोळा करण्यास प्रारंभ केला. फ्रेंचाना मात्र, देशातील सरंजामशाही व्यवस्थेमुळे तसे करता येईना. साहजिकच व्यापारीवर्गात असंतोष धुमसत होता. थोड्याच दिवसांत बुद्धिजीवी मध्यमवर्गाने या असंतुष्ट मंडळींचे नेतृत्व स्वीकारले आणि सरंजामशाहीविरुद्ध दंड थोपटले. व्हॉल्टेअर (१६९४-१७७८), रूसो (१७१२-१७७८) यांचे विचार लोकांना प्रभावित करीत होते. रूसो याने लिहिलेल्या 'सामाजिक करार' या नावाच्या ग्रंथात आदर्श (प्रजासत्ताक) राज्यव्यवस्था कशी असावी याचे विवेचन आहे. केवळ परकीय आक्रमणापासून संरक्षण नव्हे, तर लोककल्याण हेही शासनाचे तितकेच महत्त्वाचे कर्तव्य असल्याचे त्यात आवर्जून म्हटले आहे. थोडक्यात म्हणजे फ्रेंच राज्यक्रांतीची बीजे याच ग्रंथात आढळतात आणि नॉस्त्रादेमसला मात्र हे रूसो जन्माला येण्याच्या १७७ वर्षे अगोदरच कळले होते.

वास्तविक रूसो हा पूर्णत: आधुनिक विचारसरणीचा अश्रद्ध नास्तिक आणि नॉस्त्रोदमस हा आस्तिक आणि धार्मिक प्रवृत्तीचा. परंतु त्याने रूसोच्या आगमनाचे मन:पूर्वक शुभचिंतन केले आहे आणि 'फ्रान्सचा थोर विचारवंत' म्हणून त्याचा गौरव केला आहे.

अठराव्या शतकाच्या मध्यावधीत (१७५७-१७६३) इंग्लंडविरुद्ध झालेल्या युद्धाने अतोनात खर्च झाला आणि फ्रान्सच्या पदरात फक्त अपयशच पडले. शासकीय अधिकारी आणि सरंजामदार अत्यंत भ्रष्ट आणि लाचखाऊ झाले होते.

जनतेची अन्नान्न दशा झाली होती. राजा सोळावा लुई याने प्रतिष्ठितांची सभा बोलावली आणि कर्ज फेडण्यासाठी नवीन कर लादण्याचा प्रस्ताव मांडला. तो अर्थातच फेटाळला गेला. राजाची प्रत्येक विनंती धुडकावून लावली गेली. वातावरण खूपच तापले.

परिस्थिती हाताबाहेर जाते म्हटल्यानंतर राजाने लष्कराला पाचारण केले. बेफाम झालेल्या जनतेने होतेल द व्हील येथील शस्त्रागारच लुटले आणि तेथील बत्तीस हजार बंदुका आणि दारूगोळा पळविला. जनतेचे पुढारी आपल्या विषारी वक्तव्यांनी लोकांना अधिकाधिक भडकवीत होते. परिणाम फक्त एकच. सारासार विचार कुणालाच राहिला नाही. त्याबद्दल नॉस्त्रादेमस दहाव्या शतकातील त्रेचाळीसाव्या चतुष्पदीत वर्णन करतो –

"Le trop bon temps, trop de bonte royale
Faicts et deffiaicts prompt subit, negligence
Leger croira fux despouse loyale
Luy mis amort par sa benevolence."

"... काळ चांगला आहे आणि राजाही चांगल्या स्वभावाचा... पण या चांगुलपणानेच घात होईल....

मन खंबीर नसल्यामुळे अनेक बाबींचा निर्णय योग्यपणे केला जाणार नाही अन् विनाश ओढवेल...

राणीवर पुरता विश्वास न ठेवल्यामुळे तिच्यावर उगाचच स्वैराचाराचा आरोप होईल...

– अन् या कमकुवत मनोवृत्तीनेच तिचा घात होईल..."

अनावर झालेल्या जनसमुदायाने बॅस्टिलच्या तुरुंगावर हल्ला केला. या तुरुंगात राजबंद्यांना ठेवले जात असे. तुरुंग फोडून सारे राजबंदी मुक्त करण्यात आले आणि मग इतके काही अराजक माजले की त्याला तुलनाच नाही. पिसाटलेल्या जनतेने लहानसहान आरोपांसाठी अनेक प्रतिष्ठितांना भर चौकात कंठस्नान घातले. नॉस्त्रादेमसच्या दुसऱ्या शतकातील सत्तावन्नावी चतुष्पदी सांगते,

"Avant conflict le grand mur tombera
le grand mort, mort, trop subite and plainte
Nay imparfaict : la plus part nagera,
Aupres du fleuve de sang la terre tainte"

... लढाईपूर्वीच त्या भल्यामोठ्या (तुरुंगाच्या भिंतीवर) कब्जा केला जाईल...
राजाचा अकस्मात वध केला जाईल... सारेच अतिशय दुःखद-खेदजनक...
अनेक रक्षक मारले जातील...
अन् (सीन) नदीच्या परिसरातील भूमी रक्ताने न्हाऊन निघेल.

□

“

८.

कथनात अचूकता आणि नावाचाही नेमका उल्लेख

”

बॅस्टिलचा तुरुंग फुटल्यानंतर पुढील काही वर्षं फ्रान्समध्ये कायदा आणि सुव्यवस्था हे शब्द कुणाच्या ऐकिवात नव्हते. सरंजामशाहीच्या जुलमात भरडून निघालेले आणि अनंत काळ दारिद्र्यात पिचून निघालेले प्रजाजन आता मोकाट सुटले होते.

असेम्ब्ली, शासकीय अधिकारी आणि क्रांतिकारकांचे नेते यांनी मिळून 'पॅरिस कम्यून' नावाचे व्यवस्थापन मंडळ बनविले होते, पण त्यातही क्रांतिकारकांचा वरचष्मा होता. त्यामुळे मन मानेल तसे निर्णय घेतले जात.

कुणाही प्रतिष्ठित अथवा मालदार माणसाला घरातून खेचून काढावा. त्याच्या चौकशीचा फार्स करावा अन् मग त्याला फरपटत रस्त्याच्या भर चौकात गिलोटिनवर चढवावे. त्यानंतर त्याचे हात बांधून शिंग-तुताऱ्यांच्या निनादात त्याचे मस्तक धडावेगळे केले जाई. पिसाटलेले हजारो नागरिक आरडाओरडा करीत ते अघोरी दृश्य पाहून आसुरी आनंद उपभोगीत असत. हे सूडाचे हत्याकांड दिवसेंदिवस वाढतच चालले होते. एक दिवस आपल्याही जिवावर बेतणार याची कल्पना राजा सोळावा लुई याला आलीच होती. एका रात्रा त्याने गुपचुप राणी अन्तुनिएत हिला घेऊन पॅरिसमधून पळ काढला. रातोरात फ्रान्सची सरहद्द ओलांडून जावे म्हणजे निदान जिवाला तरी धोका उरणार नाही हा त्याचा विचार होता, पण नियती मात्र तशी नव्हती.

साऱ्या घटना एकाद्या चलत् चित्रपटात पाहाव्यात तशा पाहून नॉस्त्रोदेमसने सारे प्रसंग नावनिशी नोंदवून ठेवले आहेत. नवव्या शतकातील विसावी चतुष्पदी पाहा–

"De nuict viendra par a forest de Reins
Deux pars vaultera Herne la pierre blanche
He moine noir en gris dedans Varennes
Esleu cap. cause tempeste feu sang tranche."

"... दोघे जण रात्रभर प्रवास करतील.. रेनच्या जंगलात पोहोचतील...
.... धर्मगुरूचा राखी रंगाचा आणि पांढरा शुभ्र झगा...
... व्हारेनचे खेडूत त्यांना अडवतील...
... शिक्षा होईल... रक्ताळलेले तुकडे कापले जातील..."

हा चतुष्पदीत वर्णन केलेला प्रसंग २० जून १७९२ रोजी घडला, हा इतिहास आहे. या वेळी नॉस्त्रादेमसच्या मृत्यूला (२ जुलै १५६६) सव्वादोनशे वर्षांहून अधिक काळ लोटला होता. तो जर केवळ भविष्यवेत्ता असता तर इतके तपशीलवार बारकावे नोंदविणे केवळ अशक्य कोटीतील गोष्टच म्हणता येईल. राजाने परिधान केलेला धर्मगुरूचा राखी रंगाचा झगा आणि राणीने परिधान केलेला पांढरा शुभ्र झगा त्याला सव्वादोनशे वर्षांपूर्वी कसा काय दिसू शकतो?

त्यानंतर विचार येतो तो 'व्हारेन' या नावाच्या खेड्याचा. जेमतेम दहा-वीस झोपड्या असलेले वस्तीवजा खेडे असा इतिहासात त्याचा उल्लेख आहे. लुईच्या काळातही रेनच्या जंगलात वसलेले हे चिमुकले नगण्य खेडे कुणालाही फारसे माहीत नव्हते. त्यापूर्वी सुमारे सव्वादोनशे वर्षे नॉस्त्रादेमसच्या काळात ते अस्तित्वातही असण्याची शक्यता नाही. मग त्याने या खेड्याचे नाव चतुष्पदीत गुंफलेच कसे?

दुसऱ्या ओळीतील 'पिअरी ब्लांसे' हा शब्दप्रयोग धुपून गेलेला शुभ्रवर्ण सुचवितो. मारी अन्तुनियत नेहमीच पांढरा शुभ्र पोशाख परिधान करी हा भाग तर आहेच. परंतु दुसरीही एक आख्यायिका प्रचलित आहे, ती अशी की राणीचे केस सोनेरी आणि अतिशय सुंदर होते. परंतु मरणाच्या भीतीने ते एका रात्रीत पांढरे फटक झाले होते.

शेवटच्या ओळीतील 'त्रांशे' या शब्दाचा अर्थ तीक्ष्ण धारदार शस्त्राने कापून तुकडे करणे. नॉस्त्रादेमसच्या काळात गिलोटिन हे यंत्र अस्तित्वात नव्हते. तरीसुद्धा तीक्ष्ण शस्त्राने कापून रक्ताळलेले तुकडे करणे असे चतुष्पदीत केलेले वर्णन एकच गोष्ट सुचविते, ती म्हणजे नॉस्त्रादेमसची भविष्यात डोकावून पाहण्याची अतिमानवी सिद्धी. अन्यथा हे शक्यच नव्हते.

व्हारेन येथील खेडुतांनी राजाराणीला ओळखले आणि पकडून परत पॅरिस येथे आणले. आता राजा सोळावा लुई नजर कैदेतच होता. प्रजाजनांनी त्याला घेराव घातला आणि 'आपण आपले सर्व अधिकार सोडून देत आहोत,' असे लिहून देण्यास फर्माविले. इतकेच नव्हे, तर फ्रेजिअर नावाची मुकुटवजा टोपी बळजबरीने

त्याच्या डोक्यावर चढविली. (कोणताही फतवा लिहिताना ही अधिकार निदर्शक टोपी चढवून मगच फतवा काढण्याची प्रथा राजघराण्यात चालत आली होती.) राजाने अर्थातच काहीही लिहून देण्यास शांतपणे नकार दिला.

राजाने नॉरबाँ नावाच्या अधिकाऱ्याला युद्धमंत्री म्हणून सारी परिस्थिती हाताळण्यास सांगितले. नॉरबाँ सैन्यात ब्रिगेडिअरच्या हुद्यावर होता. त्याने आटोकाट प्रयत्न केले. परंतु तो राजाच्या मर्जीतील मनुष्य असावा म्हणून क्रांतिकारक नेते त्याच्याशी जुळवून घेईनात. शेवटी कंटाळलेला नॉरबाँ पॅरिस सोडून परत सैन्यातील नोकरीवर रुजू झाला हा इतिहास आहे. ३० जून १७९२ रोजी पाचशे जणांची एक टोळी राजवाड्यावर चालून आली आणि त्यांनी साऱ्या पहारेकऱ्यांना ठार केले. राजाला कैदेत टाकले. परिस्थिती हाताबाहेर जाऊ नये. राजाच्या जिवाला अपाय होऊ नये म्हणून सोसे नावाच्या नेत्याने आटोकाट प्रयत्न केले.

या साऱ्या गोष्टी जणू नजरेसमोर घडत असाव्यात इतक्या सहजपणे आणि स्पष्टपणे नवव्या शतकातील चौतीसाव्या चतुष्पदीत तपशीलवार वर्णन केलेल्या आढळतात.

"Le part solus mari sera mitre
Retour conflict passera sur le thille
Par cinq un trahirsera tiltre
Norbon et Sause par couteaux avons d'huille"

"... पक्का निर्णय ठरल्यानंतर प्रेजिअर मुकुट चढवील...
... (व्हारेन येथून) परत आल्यानंतर संघर्ष सुरूच राहील...
... पाचशे फितूर देशद्रोही कट शिजवतील...
... नॉरबाँ आणि सोसे यांना वगळून कट कारस्थान पूर्ण केले जाईल..."

राजाला पकडून परत पॅरिसमध्ये आणले. जबरदस्तीने लाल रंगाची फ्रेजिअर टोपी डोक्यावर ठेवून 'सारे अधिकार सोडले' असे लिहून द्या, म्हणून बळजबरी केली. हा सारा इतिहास नॉस्त्रादेमसला सव्वादोनशे वर्षे अगोदरच कसा काय कळू शकतो?

राजवाड्यावर चालून आलेल्या लोकांची संख्या बरोबर पाचशे होती, असे नॉस्त्रादेमस लिहून ठेवतो. हा केवळ योगायोग खचितच नाही. त्याही पलीकडे काहीतरी आहे आणि त्याही पलीकडे जाऊन थक्क करणारी गोष्टच म्हणजे राजाला वाचविण्याचे प्रयत्न करणाऱ्यांची नावे नॉरबाँ आणि सोसे अशी होती हे समजणे मानवी आकलनाच्या पलीकडची गोष्ट आहे. याला भविष्यकथन म्हणता येत नाही. हा काहीतरी अतिमानवी शक्तीचा खेळ आहे.

नॉस्त्रादेमसची ही अतिमानवी शक्ती त्याने रचलेल्या नवव्या षट्पदीत अधिकच प्रकर्षाने प्रत्ययाला येते.

"Deux estendars du coste de Auvergne
Senestre pris, pour un temps prison regne
Et une Dame enfans voudra mener
Au Censuart mais desouvert I' affair
Danger du mort sur la terre.
Germain, Bastille frere et soeur prisonner."

"... ऑव्हर्नी परिसरातील लोक उठाव करतील...
... 'डावे' सत्तेवर येतील... काही काळ तुरुंगवास...
... राणी मुलांसह पळून जाण्याचा बेत करील... तो फुटेल...
... दूषित पूर्वग्रहामुळे त्यात भर... जिवाला धोका निर्माण... ... दोन मनोरे असलेल्या इमारतीत कैद केले जाईल..."

डिसेंबर २५, १७९२ रोजी राजाने मृत्युपत्र केले. त्यात त्याने साऱ्या शत्रूंना क्षमा केली आणि मुलाला कळविले की तू राग, द्वेष आणि सूड या भावनांपासून अलिप्त राहा... नंतर परमेश्वराला उद्देशून म्हटले आहे की तुला भेटायला लवकरच येतोय... मी पूर्णपणे निर्दोष आहे हे तू जाणतोसच..."

२१ जानेवारी १७९३ रोजी, हजारो लोकांसमक्ष भर हमरस्त्यावरील चौकात गिलोटिनवर सोळाव्या लुईचा वध करण्यात आला. इतिहासाच्या नोंदीप्रमाणे राजा शांतपणे गिलोटिनकडे चालत आला. आपण होऊन हात मागे नेऊन बांधून घेतले. परंतु पायऱ्या चढताना मात्र त्याचे पाय लटपटू लागले.

तेव्हा शेजारी उभा असलेला धर्मगुरू अबे एजवर्थ कुत्सितपणे उद्गारला,

"... अरे सेंट लुईच्या वंशातील मुला, घाबरू नकोस... अगदी शांत चित्तानं या स्वर्गाच्या पायऱ्या चढत जा..."

या प्रसंगावर लिहिलेली नॉस्त्रादेमसची चौथ्या शतकातील एकूणपन्नासावी चतुष्पदी पहा –

"Devant peuple sang sera respandu
Que du haut ciel ne viendra esloigner
Mais d'un long temps ne sera entendu
L'esprit d'un seul le viendra tesmoigner."

"... रक्ताच्या चिळकांड्या उडतील...
... तो स्वर्गाच्या जवळ जाऊन पोहोचला असेल...
बराच काळ त्याबद्दल कुणाला काही नीट उमजणार नाही...
... परंतु एक आत्मा सारं काही पाहात असेल..."

... धर्मगुरू ॲबे एजवर्थचे अनुदार उद्गार आणि चतुष्पदीतील दुसरी ओळ यांच्यातील साम्य निश्चितच विचार करायला लावते. राजाची पापभीरू सत्प्रवृत्ती बराच काळ कुणाला कळली नाही हे ऐतिहासिक सत्य तिसऱ्या ओळीतून डोकावते. सारे बघे लोक पिसाटलेलेच होते, पण एकट्या नॉस्त्रादेमसच्या अंत:करणात राजघराण्याबद्दल ममता होती. तीच तर या ओळीतून डोकावत नसेल? मग चौथ्या ओळीतील एकाकी समजूतदार आत्मा स्वत: नॉस्त्रादेमस तर नसेल?

□

“

१.

राणीला मृत्युदंड... क्रूर नेपोलियनचा उदयास्त

”

‘पॅरिस कम्यून’ने राजा सोळावा लुई याला देहांताची शिक्षा फर्माविली. हात पाठीमागे बांधून राजाला गिलोटिनवर चढविले. शिंग-तुताऱ्यांच्या निनादात गिलोटिनचे अवजड पाते खाली आले आणि राजाचे मस्तक धडावेगळे होऊन लडबडत टोपलीत जाऊन पडले. अघोरी वृत्तीच्या पिसाट पॅरिसवासी नागरिकांनी आरडाओरडा करीत ते भीषण कृत्य पाहिले आणि आसुरी समाधान मिळविले.

डोके मारणाऱ्याने टोपलीत पडलेले धडावेगळे मस्तक केसांना धरून हवेत उंचावले. विकृत वृत्तीच्या बघ्या मंडळींनी ते पाहिले अन् एकच गिल्ला करून आपल्या पसंतीचे शिक्कामोर्तब केले. डोके मारणाऱ्याने एखाद्या विजयी वीराच्या दिमाखात राजाचे मस्तक तुच्छतेने जमिनीवर झुगारून दिले. आता कुणीही यावे आणि ते लाथाडण्याचे ‘सुख’ अनुभवावे.

मानवतेवर मनापासून प्रेम करणाऱ्या नॉस्त्रादेमसने ते दृश्य २३४ वर्षे अगोदरच पाहिले होते. बुरबॉन राजघराण्याबद्दल प्रेम बाळगणाऱ्या पापभीरू नॉस्त्रादेमसच्या मनाची काय अवस्था झाली असेल, याची कल्पनाही करवत नाही. पहिल्या शतकातील सत्तावन्नावी चतुष्पदी सांगते,

“... त्या कोलाहलात शिंग-तुताऱ्या निनादतील...

... एक करार मोडला जाईल...

... मुंडके उचलून स्वर्गाच्या दिशेने उंचावले जाईल... त्याच्या नाका-तोंडातून रक्त गळत असेल...

... दूध आणि मध सिंचन करून पवित्र झालेले ते मस्तक आता जमिनीवर झुगारून दिले जाईल...''

राज्याभिषेकाच्या वेळी राजाच्या मस्तकावर दूध आणि मधाचे सिंचन केले जाते ते आठवून नॉस्त्रादेमसला खूपच वाईट वाटले असणार.

जवळ जवळ आठ महिन्यांनी (१४ ऑक्टोबर १७९२) राणीचा खटला उभा राहिला.

नेहमी अत्यंत सुरेख शुभ्र पांढरा पोशाख परिधान करणाऱ्या मारी अन्तुइनेतला अत्यंत गबाळा असा काळा विधवेचा पोशाख देण्यात आला होता.

फिर्यादा पक्षाचा वकील फुकिएर-तीन व्हील याने राणीला अत्यंत असभ्य आणि अपमानास्पद प्रश्न विचारले. तिने मात्र शांतपणे एकच एक गोष्ट सांगितली, ''मी माझ्या पतीच्या आज्ञेप्रमाणे वागले... इतर काहीही मला ठाऊक नाही... मी राजकारणात कधी दखल दिलेली नाही...

राणीचे वकील तान्साँ दुक्रुदे आणि शोव्हो लागार्द यांनी प्रयत्नांची शर्थ केली. परंतु राणीला शिक्षा ठोठावण्याचे आधीच निश्चित करण्यात आले होते. राणीला मृत्युदंड ठोठावण्यात आला. दिलेली शिक्षा शांतपणे ऐकून राणी परत फिरली.

नंतर आपल्या दिराला लिहिलेल्या पत्रात तिने म्हटले आहे, ''... एखाद्या सामान्य गुन्हेगाराला शिक्षा ठोठावली गेलीय असं मी मुळीच मानत नाहीय... उलट तुमच्या निर्दोष भावाला भेटण्यासाठीच माझी रवानगी करण्यात येतेय अशी माझी धारणा आहे. त्यांनी ज्या धैर्यानं आपल्याला नाहक फर्मावल्या गेलेल्या शिक्षेला तोंड दिलं तसंच धैर्यानं मला वागता यावं एवढीच इच्छा आता उरलीय...''

पांढरा शुभ्र पोशाख परिधान केलेली राणी मारी अन्तुइनेत घोडागाडीत ताठ बसली होती. हात पाठीमागे बांधलेले होते. डोळे अर्धवट मिटलेलेच होते. आता बाहेर काही पाहण्याची इच्छा राहिलीच नव्हती. ज्या रस्त्याने जाताना नेहमी जयजयकार ऐकत असे त्याच रस्त्याने आज पॅरिसच्या नागरिकांचे शिव्याशाप ऐकू येत होते. ताठ मानेने गिलोटिनच्या पायऱ्या चढून जाणाऱ्या राणीने स्वत:च गिलोटिनच्या खोड्यात मान अडकविली. गिलोटिन चालविणाराही क्षणमात्र स्तंभित होऊन पाहतच राहिला, पण तितकेच. ज्यांनी तिला मरणाला सामोरे जाताना पाहिले त्यांना राणी निष्पाप असावी, असे निश्चित वाटले असेल.

नॉस्त्रादेमसमने पंचावन्न क्रमांकाच्या षट्पदीत हा सारा प्रकार नोंदविला आहे.

''... त्याचे मस्तक उडविल्यानंतर राणीचेही मस्तक उडविले जाईल...

... तिचा आत्मा स्वर्गात जाईल...

... तिच्यासाठी अनेक जण शोक व्यक्त करतील...

... नातेवाईकांना अपार दु:ख होईल...

... तिची कन्या अश्रू ढाळील... उसासे सोडील...

... ती आपल्या पश्चात दोघांना दु:खात लोटून जाईल...''

राजा-राणीच्या वधानंतर हे नरसंहाराचे सत्र तसेच सतत चालत राहिले. अमीर उमराव, दरबारी, प्रतिष्ठित वगैरे सर्वांना ठार मारल्यानंतर क्रांतिकारक मंडळी आपसांतील हेवेदावे काढून, एकमेकांवर दोषारोप करून एकेकाला गिलोटिनवर चढवीत राहिले. क्रांतीनंतर बरे दिवस येतील, अशी अपेक्षा करणाऱ्या गरीब जनतेचा भ्रमनिरास झाला. कारण राज्य कसे चालवावे याचे क्रांतिकारकांना मुळीच ज्ञान नव्हते. दारिद्र्य आणि उपासमार यांनी हैराण झालेल्या जनतेने आता क्रांतिकारकांविरुद्धच लढा सुरू केला. अराजक अधिकच वाढत गेले.

इटली आणि कॉर्सिका येथे बऱ्यापैकी कामगिरी केलेल्या सैन्यातील एका युवक अधिकाऱ्याला पॅरिसमध्य शांतता प्रस्थापित करण्यासाठी पाचारण करण्यात आले. या अधिकाऱ्याचे नाव होते 'नेपोलिअन बोनापार्ट.' नेपोलिअनने चालून आलेल्या संधीचा पुरेपूर फायदा उठविला आणि थोड्याच अवधीत तो फ्रान्सचा सर्वेसर्वा बनला.

इतिहासात नेपोलिअनच्या कर्तबगारीचे नको इतके कौतुक करण्यात आले आहे... नको इतके गोडवे गायले गेले आहेत. नॉस्त्रादेमसच्या मते 'सर्वाधिक जुलमी असणाऱ्या नेपोलिअनच्या कारकीर्दीत सर्वाधिक फ्रेंच रक्त सांडले जाईल. तसेच — लक्षावधी फ्रेंच सैनिकांचा बळी गेला आणि शेवटी जेव्हा नेपोलिअनचा पाडाव झाला तेव्हा फ्रान्सच्या सरहद्दी सुरुवातीला होत्या त्यापेक्षा कितीतरी आक्रसून गेल्या आणि फ्रान्सच्या साम्राज्याचे शेवटी एक लहानसे राज्य उरले. 'नेपोलिअनमुळे फ्रान्सचे नुकसानच अधिक झाले,' असे स्पष्ट मत नॉस्त्रादेमसने नोंदवले आहे. पहिल्या शतकातील साठावी चतुष्पदी कुणालाही कळावी इतकी स्पष्ट आहे.

"... इटलीजवळच्या परिसरात एका सम्राटाचा जन्म होईल...

... त्याच्यामुळे साम्राज्याला फार मोठी किंमत मोजावी लागेल...

... जेव्हा त्याचे सारे सोबती आणि त्याचे सारे उद्योग दिसून येतील तेव्हा सर्वांच्याच ध्यानात येईल...

... की तो राजपुत्रापेक्षा खाटीकच अधिक आहे...

... अनेक (फ्रेंच) लोक व्हिसेंझा येथे जमा होतील...

... काहीही जाळपोळ वगैरे न करता तिथली सत्ता नष्ट करतील....

... थोर व्हॅलन्सपैकी एकाचा लुनेज परिसरात पराभव होईल...

... आपसांतील भांडणापायी व्हेनिसचा पाडाव होईल...''

या चतुष्पदीत सर्व नावे आणि घटनांचा उल्लेख स्पष्टच असल्यामुळे इतिहासाच्या कुणाही जाणकाराला नेपोलिअनचा संदर्भ सहज लावता येईल. कोणतेही गूढ सांकेतिक

शब्द उलगडणे अथवा ग्रहगणित पडताळून पाहणे याची येथे आवश्यकताच नाही.

उत्तर इटली आणि ऑस्ट्रियाच्या सरहद्दीलगतच्या डोंगराळ भागात व्हेरोना शहर वसले आहे. त्या डोंगराळ भागातील रहिवासी अत्यंत स्वतंत्र वृत्तीचे आणि पठाण-अफगाण जमातींप्रमाणे कुणालाच न जुमानणारे. तेथील ऑस्ट्रियन फौजांचा पराभव करून नेपोलिअनने तेथे फ्रेंच सेनेचे ठाणे वसविले. परंतु काही दिवसांतच स्थानिक टोळ्यांनी उठाव करून फ्रेंच सेनेला ठाण्यात कोंडले, अर्थात् लवकरच त्यांना मदत मिळाली आणि त्यांची मुक्तता झाली. त्याचप्रमाणे व्हेनिसमध्ये फ्रेंचांनी छोटेखानी तोफखाना ठेवला होता. तेथे जवळच एक फ्रेंच लढाऊ जहाज नांगरून पडले होते. स्लाव्हिअन सैन्याने हल्ला करून तोफखाना ताब्यात घेतला आणि जहाजावरील सर्व सैनिकांना ठार मारले.

काही दिवसांतच दूतांकरवी या दोन्ही घटनांचे अहवाल नेपोलिअनकडे पाठविण्यात आले. नेपोलिअन भलताच संतापला. त्याचा राग इतका अनावर झाला की, पुरता अहवाल ऐकण्यापूर्वीच त्याने व्हेरोनियाची सत्ता उलथून टाकण्याचा हुकूम दिला. त्याचप्रमाणे व्हेनिसवर हल्ला करून तेथील राज्य खालसा केले. परंतु, एवढ्याने त्याचा राग शांत झाला नव्हता. दोन्ही ठिकाणी त्याने इतकी भयंकर कत्तल केली की, केवळ नादिरशाह अथवा मंगोल चेंगीजखानासमवेतच त्याची तुलना व्हावी.

नेपोलिअनला कारकीर्दीच्या प्रारंभी उत्तम विजय मिळत गेले आणि त्याच्या यशाची सतत चढती कमान होती. फ्रेंच जनतेलाही अनेक वर्षांच्या राज्यक्रांतीच्या भयानक अराजकानंतर बरा काळ लाभला होता. साहजिकच फ्रेंच जनता त्याचा उदोउदो करू लागली. पण त्यामुळेच कदाचित त्याची एककल्ली आणि हट्टी प्रवृत्ती वाढत गेली. त्याच्या म्हणण्यावर अथवा कृतीवर कुणी वेगळे मत प्रदर्शित केलेले त्याला आवडत नसे. पुढे पुढे तर त्याच्या आत्मकेंद्रित स्वभावाने इतकी मजल गाठली की, लोकतांत्रिक प्रजासत्ताक राज्यपद्धती पूर्णपणे गुंडाळून ठेवून त्याने स्वत:ला राज्याभिषेक करवून घेतला. त्याच्या राक्षसी महत्त्वाकांक्षेनेच त्याचा बळी घेतला, असे अनेक जाणकारांचे मत आहे. फ्रेंच सैन्याने, अतिवेगवान हालचाली करीत १० मार्च १७९७ रोजी ऑस्ट्रियातील दऱ्याखोऱ्या ओलांडल्या आणि ऑस्ट्रियन सेनापती लुसिनॉन (Lucignon) याचा पाडाव केला. व्हॅलन्स या ऑस्ट्रियातील इतिहासप्रसिद्ध घराण्यात अनेक थोर सरदार सेनापती होऊन गेले. सेनापती लुसिनॉन हादेखील याच घराण्यातील असल्यामुळे नॉस्त्रादेमसने त्याचा उल्लेख थोर व्हॅलन्स अशा पद्धतीने केला आहे. ऑस्ट्रियातील ल्यूनेजिआनो (फ्रेंचरूप लुनेज) परिसरात ही घटना घडली.

व्हिसेन्स (Vicence) हे उत्तर इटली-ऑस्ट्रिया सीमेवरील व्हेनिशिआतील शहर. फ्रेंचांचे आक्रमण होत आहे म्हटल्यानंतर अनेक सरदारांची धाबी दणाणली. त्यांनी तहाचा प्रस्ताव मांडला. नेपोलिअनने विनासायास तो भाग ताब्यात घेऊन मिलानकडे

मोर्चा वळविला. तेथील दुफळी आणि अव्यवस्थेचा फायदा उठवीत तोही भाग सहजगत्या काबीज केला. आठव्या शतकातील अकराव्या चतुष्पदीत नॉस्त्रादेमसने हे नमूद केले आहे. नॉस्त्रादेमस मात्र आठव्या शतकाच्या तेहतिसाव्या चतुष्पदीत त्याचा तिरस्कारानेच उल्लेख करतो. ही चतुष्पदी पहा –

"... व्हेरोना आणि व्हिसेन्झा येथील मोहिमांमुळे त्याची कीर्ती होईल....
... परंतु तेथेच जन्मलेल्या त्याचे नावदेखील तिरस्कार करण्याजोगेच असेल...
... व्हेनिसवर तो भयानक सूड घेईल.
... आणि शेवटी एका लाल क्रॉस असलेल्या ध्वजाच्या जहाजावर तो कैद होईल..."

इंग्लंडच्या बेलेरेफॉन (Bellerephon) नावाच्या जहाजावर नेपोलिअनला कैद करून ठेवण्यात आले होते, हा इतिहास आहे. इंग्लंडच्या जहाजांवर त्या काळी पांढऱ्या ध्वजावर लाल क्रॉस लावला जात असे. आता हा क्रॉस युनायटेड किंग्डम (ग्रेट ब्रिटन)च्या 'युनिअन जॅक'या ध्वजामध्ये समाविष्ट केला गेला आहे.

□

“

”

१०.

नेपोलिअनच्या जन्माआधीच लिहिलेली भविष्यवाणी

नेपोलिअन बोनापार्ट (१७६९-१८२१) हे फ्रान्सच्या आणि युरोपच्या इतिहासात कधीच विसरता न येण्याजोगे नाव आहे. त्याच्या एकूण कर्तृत्वाबद्दल आणि गुणावगुणांबाबत इतके भरभरून लिहिले गेले आहे की त्याबाबत आता लिहिण्याजोगे काहीच उरले नसेल.

परंतु त्याच्या जन्माच्या सुमारे दोनशे वर्षे अगोदर नॉस्त्रादेमसने त्याच्या नावागावासहित सर्व काही लिहून ठेवावे आणि ते तंतोतंत प्रत्ययाला यावे हे कोडे मात्र काही केले तरी उलगडत नाही. वास्तविक नेपोलिअन हे नावच काहीसे विचित्र, तीन देवदूतांच्या ग्रीक-लॅटिन नावांपासून बनलेले आणि पूर्णत: अप्रचलित असलेले. त्याचे कुटुंबही इटलीजवळ कॉर्सिका या बेटातील सामान्य मध्यमवर्गीय समाजातले त्यामुळे त्याला अमीर-उमरावांच्या कुळाचे तेजोवलय नव्हतं आणि फ्रान्सपासून खूपच दूर. तेव्हा असे काहा घडू शकेल याची दूरान्वयानेदेखील नॉस्त्रादेमसला कल्पना येण्याचे कारणच नाही. परंतु त्याला त्याचे नाव तर निश्चितच माहीत होते. आठव्या शतकातील पहिली चतुष्पदी पाहा–

“PAU, NAY, LORON plus feu qu a sang sera
Laude nager, fuir grand au surrez,
Les agassas entree refusera
Pampon, Durance les tiendra enserrez.”

"... पाऊ, ने, लोरान याच्या शरीरात रक्ताऐवजी अग्नीच संचार करीत असेल जणू...
आत्मस्तुतीसाठी तो (दोन नद्यांच्या) संगमावरील स्थळाकडे धाव घेईल....
पोप पायसला तो कैदेत टाकील...
पॅम्पॉन आणि ड्युरान्से त्याला बद्ध करून ठेवतील..."

चतुष्पदीच्या पहिल्या ओळीत तीन गावांची नावे आहेत. त्यातील अक्षरे मागेपुढे करून कोडे सोडविण्याचा यत्न केला तर रॉय नेपॉउलॉन म्हणजेच राजा नेपोलिअन असे नाव स्पष्ट नसले तरी ध्वनित होते. जुन्या फ्रेंच भाषेत त्या काळी ओ (O) या अक्षरासाठी औ (AU) अशी अक्षरे सर्रास वापरली जात असत.

नेपोलिअनने पोप पायस सहावा याला पकडून व्हॅलेन्झा येथे ठेवलं होतं. तिथेच ऱ्होन आणि इझेर या दोन नद्यांचा संगम होतो. असाच ऱ्होन आणि दुरान्से या दोन नद्यांचा संगम ॲव्हिनाँ या शहरात होतो. या शहरावर पूर्वी पोप पायसची सत्ता चालत असे. त्यामुळे ऑस्ट्रियाने फ्रान्सकडे ते शहर ताब्यात देण्याची मागणी केली आणि त्यावरून ऑस्ट्रिया आणि फ्रान्सचा संघर्ष सुरू झाला.

आपल्या युरोपवरील विजयाचे प्रतीक म्हणून नेपोलिअनने पॅरिसच्या वेशीवर भव्य कमान उभारली. आजही पॅरिसमध्ये 'आर्क द त्रायंफ' ही कमान अत्यंत सुस्थितीत असलेलं पर्यटकांचं आकर्षण केंद्र बनली आहे. रोमन सम्राट ऑगस्टस यानं अशी कमान रोममध्ये उभारली होती. तिसऱ्या शतकातील त्रेचाळीसावी चतुष्पदी पहा.

Gens d'alentour de Tarn Loth & Garrone
Gardez les monts Apennines passer
Vostre tombeau pres de Rome & Anconne
Le noir poil crespe fera trophee dresser

"... टार्न, लॉट आणि गॅरोने परिसरातील (फ्रेंच प्रजाजनहो...
आल्प्स पर्वतातील ॲपेनीन पर्वतराजी ओलांडताना जरा सावध राहा...
अन्यथा रोम आणि अकोना परिसरातच तुमची थडगी बांधली जातील...
... काळी फेल्ट हॅट परिधान करणारा आपल्या विजयाचे स्मारक उभे करील..."

अशी विजयाची कमान अथवा दुसरे काही स्मारक उभे करणारा आणि काळी फेल्ट हॅट परिधान करणारा नेपोलिअनशिवाय अन्य कुणीही युरोपच्या इतिहासात आढळत नाही.

या कालावधीपर्यंत नेपोलिअनच्या यशाची चढती कमान होती. परंतु त्याच्या अतिमहत्त्वाकांक्षी स्वभावानेच त्याने सर्वनाश ओढवून घेतला. लक्षावधी उत्तमोत्तम

शूर वीरांची आहुती त्या महत्त्वाकांक्षेपायीच दिली गेली. नॉस्त्रादेमसने त्याबाबत सावध राहण्याचा इशारा दोनशे वर्षांपूर्वीच देऊन ठेवला होता. परंतु नियती कोण बदलू शकेल? नेपोलिअनच्या असामान्य विजयी कर्तृत्वाचे दिवस सरत आल्याचे स्पष्ट निवेदन पहिल्या शतकातील सव्विसाव्या चतुष्पदीत आढळते.

"Le grand du fouldre tumbe d'heure diurne
Mal & predict par porteur postulaire
Suivant presage tumbe d'heure nocturne
Conflict Reims, Londres, Ertusque Pretifere"

"... त्या नेत्याचा विजयी प्रतिष्ठेचा दिवस हळूहळू सरत जाईल...
त्याची नियतीच त्याच्या दुष्कृत्याबाबत जाब विचारील...
... नंतर त्याच्या धवल प्रतिमेवर हलके हलके रात्रीचा काळोख पसरत जाईल...
... रीम, एत्रुरिया येथील संघर्षात फक्त दुःखच त्याच्या वाट्याला येईल...
आणि इंग्रज त्याला पराभूत करतील..."

दोस्तांच्या संयुक्त फौजांनी पराभूत केलेल्या नेपोलिअनच्या प्रख्यात ग्रँड आर्मीतील सुमारे सत्तर हजार सैनिकांनी २ नोव्हेंबर १८१३ रोजी ऱ्हाइन नदी ओलांडली. अतिशय उत्तम प्रतीच्या सैनिकांची पुरती वाताहात झाली होती. फ्रॅन्कफुर्ट येथे रशिया-इंग्लंडच्या नेत्यांनी सर्वानुमते चर्चा करून अंतिम खलिता नेपोलिअनकडे पाठविला. त्यात तहाच्या अटींमध्ये मुख्यत्वे करून अशी अट होती की नेपोलिअनने स्पेन, हॉलंड, जर्मनी, इटली या भागांतील सत्ता सोडून माघार घ्यावी. ऱ्हाइन नदीच्या तीरावर एका ठिकाणी जमून तहाची बोलणी व्हावीत आणि जरी बोलणी झाली आणि करार ठरला तरी शत्रुत्व संपलेले नाही याची जाणीव ठेवावी... या दयनीय अवस्थेबाबत नॉस्त्रादेमसन अनेक चतुष्पदी रचल्या आहेत. वानगीदाखल दुसऱ्या शतकातील अकरावी चतुष्पदी पाहा –

"Le prochain fils de l'aisnier parviendra
Tant esleue jusque au regne des fors
Son apre gloire un chacun la craindra
Mais ses enfans du regne gettez dehors."

"... (भावंडांपैकी) थोरल्या मुलानंतरचा मुलगा..
... सर्वोच्च वर्तुळात जाऊन सत्ता ताब्यात घेईल...
... त्याच्या नेत्रदीपक विजयाने सारे भयचकित होतील...
... परंतु त्याचे निकटवर्तीय त्याला सत्ताविहीन करतील..."

वॉटर्लू येथे पराभूत झालेला नेपोलिअन प्रथम लिआँ येथे पोहोचला आणि तेथून २ जून १८१५ रोजी पॅरिस येथे परतला. पॅरिसला आल्यानंतर त्याने लगेच सत्तासूत्रे ताब्यात घेण्याचा प्रयत्न केला. परंतु त्याचा पराभव होऊ शकतो याची जाण आलेले त्याचे विरोधक आता त्याच्याकडून सत्ता काढून घ्यावी, असे उघडपणे बोलू लागले. त्याच्या हितचिंतकांनी मात्र 'सध्या तसं करणं राष्ट्राच्या दृष्टीनं धोक्याचं ठरेल' असे जाहीर करून सत्ता त्याचे हातातच ठेवावी असा सल्ला दिला. परंतु मनाने खचलेल्या नेपोलिअनने मात्र तसे करण्यास नकार दिला आणि स्वत: होऊन राज्यसूत्रे खाली ठेवीत असल्याचे मान्य केले.

नेपोलिअनची प्रेयसी आणि पहिली पत्नी जोसेफाईनच्या कानावर नॉस्त्रादेमसच्या भविष्यवाणीची कीर्ती जाऊन पोहोचली होती. परंतु दुर्दैवाने तिला मिळालेली 'प्रोफेसीज द ऑलिव्हेरीअस' या नावाच्या पुस्तकाची प्रत ही नॉस्त्रादेमसची भविष्यवाणी नव्हतीच. त्यात नेपोलिअनच्या नावावर केवळ विजयच विजय छापले होते. अटळ नियती मात्र हळूहळू निश्चित पावले टाकीत नेपोलिअनच्या दिशेने वाटचाल करीत होती.

□

“

”

११.

अधम माणसाचा खून... भीषण अग्निगोळे

ज्योतिषशास्त्र हे खरोखरच शास्त्र आहे काय? शास्त्र म्हणजे काय? विज्ञान कशाला म्हणावे? आणि त्यात ज्योतिषशास्त्राची वर्णी लागते किंवा नाही? हा स्वतंत्र परिसंवादाचा विषय होईल. परंतु सोळाव्या शतकातील फ्रेंच ज्यू डॉक्टर मायकेल नॉस्त्रादेमस (१५०३-१५६६) याने पद्यरूपात लिहून ठेवलेली जागतिक घटनांबाबतची सुमारे साडेनऊशे किंवा त्याहून अधिक भाकीते पॅरिसमधील नॅशनल लायब्ररीत अत्यंत सुस्थितीत जपून ठेवली आहेत. त्यांपैकी सुमारे साडेतीनशे चतुष्पदींतील भविष्यवाणी अगदी तंतोतंत प्रत्ययाला आली आहे. हा अनुभव लक्षात घेतला तर यापुढील काळातील घटनांबाबतची नॉस्त्रादेमसची भाकीते 'फारशी चुकणार नाहीत' इतपत विधान केले तर वावगे ठरू नये.

एका पाठोपाठ एक शेकडो भाकीते त्यांतील बारीक सारीक तपशीलांसह प्रत्ययाला येत असताना 'हा केवळ योगायोग आहे', असे म्हणणे कितपत योग्य आहे? हा योग्यायोग्यतेचा भाग बाजूला ठेवला तरी भविष्यात डोकावून पाहण्याच्या नॉस्त्रादेमसच्या अतिमानवी शक्तीबाबत विस्मय वाटल्यावाचून राहात नाही. त्याने रचलेल्या सर्व चतुष्पदींचा परामर्श घेणे हा फार मोठा प्रकल्प होईल. म्हणून आता केवळ विसावे शतक आणि त्यानंतरचा कालखंड याबद्दल नॉस्त्रादेमसने लिहून ठेवलेल्या ठळक घटनांबाबतच्या चतुष्पदींचाच परामर्श घेतला, तरी त्याच्या अलौकिक सामर्थ्याची कल्पना यावी.

विसाव्या शतकाचा विचार करताना शतकातील सर्वात मोठी आणि ठळक

घटना म्हणजे शतकाच्या मध्यावधीत झालेले दुसरे जागतिक महायुद्ध. या महायुद्धाचे प्रवर्तक खलनायक होते इटलीचा सर्वेसर्वा बेनिटो मुसोलिनी आणि जर्मनीचा चॅन्सेलर ॲडॉल्फ हिटलर.

फॅसिस्ट विचारसरणीच्या मुसोलिनीने आपल्याच सहकाऱ्यांचा विश्वासघात करून सत्ता बळकावली. स्वत: इटलीचा सर्वेसर्वा बनला आणि इटलीचे लष्करीकरण केले. पहिल्या शतकातील अकरा, बारा आणि तेरा या चतुष्पदींतील नॉस्त्रादेमसचे उद्गार पाहा–

"... नेपल्स, लिआँ, सिसिली परिसरात विचार आणि हातापायांच्या हालचाली एकाच तालासुरात होऊ लागतील...

... त्यात रोमन्स पार बुडून जातील....

... केवळ एका अधम बुद्धीच्या माणसामुळेच..."

नंतरची चतुष्पदी सांगते –

... तो अधम मनुष्य सर्वांच्या चर्चेचा विषय होईल...

... हीन कुळीचा महत्पदाला पोहोचेल...

... विश्वासघात करून सत्ता बळकावील...

... शेवटी त्याचा खून होईल..."

आणि त्यानंतरची चतुष्पदी सांगते –

" ... हद्दपार केलेले अतिसंतापाने कटकारस्थान रचतील...

... केवळ सूडाच्या भावनेने त्याच्यामागे लागतील...

... त्याचे पूर्वीचे सहकारीच त्याच्याविरुद्ध उलटतील...

... त्याला गाठून ठार करतील..."

महायुद्धाच्या शेवटच्या टप्प्यात सारे इटालियन नागरिक मुसोलिनीविरुद्ध उठले होते. २८ एप्रिल १९४५ रोजी भर चौकात त्याला गोळ्या घालून ठार करण्यात आल आणि त्याचे प्रेत रस्त्यावर उलटे टांगून ठेवण्यात आले. जाणारे-येणारे तुच्छतेने त्यावर थुंकत होते, हा इतिहास आहे. नॉस्त्रादेमसच्या चतुष्पदींतील भविष्यवाणीचा हा पडताळा थक्क केल्यावाचून राहात नाही.

नॉस्त्रादेमसच्या काळात विमाने नव्हती, बॉम्बगोळेही नव्हते. साहजिकच दुसरे महायुद्ध कसे लढले जाईल याची त्याला कल्पना असणे शक्य नाही. परंतु भविष्यात डोकावून पाहण्याची त्याची अतींद्रिय शक्ती विलक्षण होती, यात शंकाच नाही. पाचव्या शतकातील आठव्या चतुष्पदीतील बॉम्बचे वर्णन पाहा –

"... ज्यात मृत्यू आणि अग्नी लपून बसला आहे,

असे (आकाशातून) सोडून दिले जाणारे...

... ते भीषण गोळे अत्यंत भयानक आहेत...

... रात्री (येणाऱ्या) काफिल्याने केलेला शहरांचा विध्वंस... दगडगोट्यांच्या राशी... सर्वत्र आग लागलेली... शत्रूंचे फावेल...''

सहाव्या शतकातील चौतीसावी चतुष्पदी क्षेपणास्त्राचे दृश्य वर्णन करते.

''... आग ओकीत जाळणारे यंत्र आकाशातून (उडत) येईल...

... वेढ्यात अडकलेला प्रमुख असेल... त्याला अधिकच अडचणीत आणील...

... प्रमुखाच्या गोटात बंडखोरी आणि फितुरी...

... मागे राहिलेल्या लोकांच्या पदरात फक्त निराशा आणि दुःख...''

मुसोलिनीचे नॉस्त्रादेमसने फक्त वर्णन केले आहे, पण हिटलरचा तर जवळजवळ स्पष्ट असा नावासह उल्लेख करून भाकीत वर्तविले आहे....

□

“

१२.

अर्थ चुकीचा, पण तटबंदी ऐतिहासिक

”

दुसऱ्या महायुद्धाचा मुख्य खलनायक होता जर्मनीतील नाझी पक्षाचा नेता आणि जर्मनीचा तत्कालीन चॅन्सेलर ॲडॉल्फ हिटलर. नॉस्त्रादेमसने अनेक चतुष्पदींत त्याचे नाव जवळजवळ स्पष्टपणे गुंफलेले आहे. अनेक वेळा 'हिस्टर' तर काही वेळा 'हिलटर' इतक्याच फरकाने नावाचा उल्लेख केला आहे. हिटलरच्या जन्माच्या सुमारे चारशे वर्षे अगोदर नॉस्त्रादेमस त्याचे नाव स्पष्टपणे कसे सांगू शकतो, हेच मुळात अनाकलनीय आहे. त्याच्या 'नाझी' पक्षाचे बोधचिन्ह 'स्वस्तिक' होते आणि आजही आहे. आर्य संस्कृतीतील स्वस्तिक चिन्हाची माहिती नॉस्त्रादेमसला असण्याचे कारण नाही. परंतु 'पाय मोडलेला वाकडा क्रूस' असे त्याचे वर्णन नॉस्त्रादेमसने केले आहे. त्याच्या दिव्यदृष्टीला हे नाझी पक्षाचे चिन्ह स्पष्टपणे दिसले असावे, असा याचा स्पष्ट अर्थ आहे. नाझी पक्षाचे मुख्य कार्यालय 'वुल्फशँग' (Wolfchang) या नावाने ओळखले जाते. नॉस्त्रादेमसने चारशे वर्षांपूर्वी युद्धपिपासू जर्मन सैन्याला लांडगा (वुल्फ) म्हणून संबोधले आहे. हिटलर आणि सोव्हिएत रिपब्लिकचा सर्वेसर्वा स्टॅलिन यांनी युद्धाच्या सुरुवातीलाच मैत्री आणि अनाक्रमणाचा करार केला होता. त्याला उद्देशून नॉस्त्रादेमसने 'लांडगा आणि अस्वल यांची अभद्र युती' असा अत्यंत समर्पक शब्दप्रयोग केलेला आढळतो.

ॲडॉल्फ हिटलर आणि बेनिटो मुसोलिनी या जोडगोळीने केलेल्या उपद्व्यापांचे यथार्थ वर्णन करणाऱ्या अनेक चतुष्पदी आहेत. केवळ ॲडॉल्फ हिटलरच्या संदर्भातील ठळक चतुष्पदी म्हणून १-३४; २-२४; ३-३५; ४-४०; ६९; ५-

२९, ९४; ६-७, ५१; ९-९० अशा अनेक चतुष्पदींचा उल्लेख करता येईल.

हिटलरच्या संदर्भातील चतुष्पदींचा मागोवा घेण्यापूर्वी नॉस्त्रादेमसच्या मूळ ग्रंथासंबंधीच्या काही गोष्टींचा तपशील मनोरंजक ठरावा. 'अॅबेटॉर्ने' नावाच्या एका फ्रेंच लेखकाने नॉस्त्रादेमसचा पट्टशिष्य डॉ. जीन शॉव्हिनी याचे आडनाव आपल्या नावात सामील करून घेऊन अॅबेटॉर्ने शॉव्हिनी या नावाने नॉस्त्रादेमसच्या चतुष्पदींची उकल करून सांगणारे एक अत्यंत सुमार दर्जाचे पुस्तक (आजच्या भाषेत 'गाईड') प्रकाशित केले (१८६०). शॉव्हिनी या नॉस्त्रादेमसच्या शिष्योत्तमाचे नाव अनेकांना परिचित असल्यामुळे पुस्तकाची अभूतपूर्व विक्री झाली आणि त्यात दिलेले चतुष्पदींचे चुकीचे अर्थदेखील योग्य मानण्यात आले. इतकेच नव्हे, तर फ्रेंच शासनाने त्या चुकीच्या अर्थाप्रमाणे आपले काही राजकीय निर्णयही फिरविले. उदाहरणच द्यायचे झाले, तर पाहा –चौथ्या शतकातील ऐंशी क्रमांकावरील चतुष्पदी मॅजिनो लाईन तटबंदीच्या संदर्भात आहे. तिचा शब्दश: मूळ अर्थ आहे :

"... महान नदीजवळ भला मोठा खंदक.... माती खणलेली...
... नदी पंधरा भागांत विभागलेली...
... शहर वेठीला धरलेले... रक्त, किंकाळ्या.... आग, चकमकी...
सारे काही मोठ्या युद्धाच्या तयारीसाठी..."

फ्रान्सच्या पूर्व सरहद्दीलगत मॅजिनो (Maginot) नदीच्या परिसरात ही तटबंदी बांधली जाईल, असे नॉस्त्रादेमस म्हणतो. यात कुठे दुरान्वयानेही स्वित्झर्लंडचा उल्लेख नाही. परंतु अॅबेटॉर्नेच्या 'गाईड'मध्ये मात्र 'स्वित्झर्लंड फ्रान्सवर आक्रमण करील... त्यासाठी ही तटबंदी बांधली जाईल', असे स्पष्टीकरण दिले होते आणि नॉस्त्रादेमसच्या भविष्यवाणीवर नितांत श्रद्धा असणाऱ्या फ्रेंच शासनाने लागलीच 'मॅजिनो लाईन' प्रकल्प हाती घेऊन पूर्ण केला.

पण स्वित्झर्लंडने कधी आक्रमण केलेच नाही, आणि इतिहास पाहिला तर स्वित्झर्लंड हे युद्धमान राष्ट्र कधीच नव्हते आणि आजही नाही. दुसऱ्या महायुद्धाच्या प्रारंभी (१९३७) फ्रान्सने मॅजिनो लाईन तटबंदीची दुरुस्ती केली. तटबंदी अधिक भक्कम केली आणि तेथे नव्या युगातील मोठा सुसज्ज तोफखाना बसविला. फ्रान्सची पूर्व सरहद्द आता पूर्णपणे अभेद्य आहे, असा लष्करी तज्ज्ञांनी निर्वाळा दिला. परंतु हिटलरच्या 'पॅन्झर' रणगाडा डिव्हिजन्सनी बोल्जियम या राज्याची तटस्थता आणि सार्वभौमत्व पायदळी तुडविले. पॅन्झर डिव्हिजन्स बेल्जियमद्वारा उत्तरेकडून फ्रान्समध्ये शिरल्या (१९४०) आणि अवघ्या आठ दिवसांत पॅरिसचा पाडाव झाला. फ्रान्सने शरणागती पत्करली.

मॅजिनो लाईन तटबंदी आज पर्यटकांचे आकर्षण केंद्र बनली आहे, आणि

नॉस्त्रादेमसच्या भविष्यकथनाचे ते एक प्रकारचे मूर्त स्वरूपातील स्मारक म्हणता येईल.

या पार्श्वभूमीवर दुसऱ्या महायुद्धात गोबेल्सच्या पत्नीच्या हातात नॉस्त्रादेमसच्या भविष्यवाणीचे पुस्तक पडले! आणि...?

हिटलरला आवडला गोबेल्सचा ज्योतिषी

डॉ. जोसेफ पॉल गोबेल्स (१८९७-१९४५) हा हिटलरचा अत्यंत विश्वासू सहकारी आणि प्रचार मंत्री होता. युद्धाचे डावपेच आखले जात असताना (१९३६) एक दिवस त्याची पत्नी डॉ. गोबेल्स झोपण्यापूर्वी काहीतरी चाळा म्हणून गूढविद्येवरील प्रा. हान्स-हर्मन क्रिटझिंगर (Prof. Hans Herman Kritzinger) यांचे 'मिस्टेरिएन फॉन सोने अँड सीले' (Mysterien von Sonne and Seele) हे पुस्तक चाळीत होती. नॉस्त्रादेमसची दिव्य दृष्टी आणि भविष्यकथन, दुसरे महायुद्ध आणि हिटलर वगैरे माहिती त्यात त्रोटक स्वरूपात दिली होती. तिचे कुतुहल जागृत झाले आणि तिने नॉस्त्रादेमसच्या 'सेंच्युरीज' ग्रंथाचे जर्मन भाषांतर मिळवून वाचले. त्यात तिला नुकताच हिटलरच्या संदर्भात घडून गेलेला प्रसंग आढळून आला. ही सहाव्या शतकातील एकावन्नावी चतुष्पदी. तिचे जर्मनमधील भाषांतर सांगत होते–

".... तो नेता उशिरानेच सभास्थानी येईल आणि दहा मिनिटे अगोदरच निघून जाईल..."

"... भयानक मोठा स्फोट होईल...
... सहकाऱ्यांपैकी तीस जण आश्चर्यकारक रीतीने बचावतील...
... कट-कारस्थान निष्फळ झालेले असेल..."

काही दिवसांपूर्वीच हिटलरच्या विरोधकांनी त्याला नाहीसा करण्याचा कट रचला होता. व्यासपीठाखाली एक टाइम-बॉंब उडविण्याची योजना होती. परंतु हिटलर लवकर निघून गेल्यामुळेच बचावला होता. तेथून तो केवळ योगायोगानेच निघून गेला होता आणि त्याच्या बचावलेल्या सहकाऱ्यांची संख्या होती बरोबर तीस.

तिने ते पुस्तक डॉ. जोसेफ गोबेल्सला दाखविले. त्याने ते नीट वाचून काढले आणि तो सावध झाला.

गेस्टापो (जर्मन गुप्त हेरखाते) मधील उत्तमोत्तम माणसे निवडून गोबेल्सने त्यांना स्वित्झर्लंडमध्ये पाठविले. स्वित्झर्लंडमध्ये स्विस, फ्रेंच आणि जर्मन अशा तीन भाषा प्रचलित आहेत. तेव्हा फ्रेंच आणि जर्मन या दोन भाषांवर प्रभुत्व असलेला उत्तम ज्योतिषी तेथेच सापडू शकणार होता. शेवटी त्यांनी 'अर्न्स्ट क्राफ्ट' (Ernst Krafft) हा ख्यातनाम ज्योतिषी हुडकून काढला. गोबेल्सने त्याला हिटलरची

जन्मपत्रिका दाखवून भविष्य विचारले. अन्स्ट क्राप्ट मनातून घाबरलाच होता. पण युद्धजन्य परिस्थितीमुळे त्याला पैशाची फार निकड होती. त्याने हिटलरच्या आयुष्यातील सर्व चांगल्या गोष्टी सांगितल्या आणि वाईट गोष्टी सांगण्याचे टाळले.

गोबेल्सच्या मनावरील दडपण कमी झाले. गोबेल्सने त्याला नॉस्त्रादेमसच्या 'सेंच्युरीज'मध्ये घुसडण्यासाठी बनावट चतुष्पदी तयार करण्याची योजना समजावून सांगितली. क्राफ्टला त्यात भरपूर पैसे मिळणार होते. परंतु भविष्यकथन, नियती, ज्योतिष इत्यादींवर मुळीच विश्वास नसलेल्या ॲडॉल्फ हिटलरची मंजुरी कशी मिळणार? अन त्याच्या मंजुरीवाचून योजना राबविणे शक्यच नव्हते. गोबेल्सने क्राफ्ट यालाच काहीतरी मार्ग शोधून काढायला सांगितले. नुकतीच घडून गेलेली घटना आणि नॉस्त्रादेमसच्या सहाव्या शतकातील एकावन्नावी चतुष्पदी यांतील थक्क करणारे साम्य हिटलरच्या नजरेस आणावे, असे अन्स्ट क्राफ्टने बऱ्याच मेहनतीने सांगितले, सहाव्या शतकातील एकावन्नावी चतुष्पदी अशी आहे–

"... काही नवीन समजूत घेण्यासाठी लोक जमले आहेत...
... काही राजघराण्यातील मंडळीही आहेत...
... खांब आणि भिंती कोसळू लागल्या आहेत. पण चमत्कार घडेल...
... नेता आणि त्याचे तीस साथीदार अगोदरच निघून गेले असतील..."

आणि खरोखरच असे घडले होते... हिटलर ठरलेल्या वेळेपक्षा उशिरा आला होता आणि दहा मिनिटे अगोदरच निघून गेला होता. त्याचे तीस प्रमुख साथीदारही उठून गेले होते आणि त्यानंतर बॉम्बस्फोट झाला होता. नॉस्त्रादेमसच्या चतुष्पदीनुसार घडलेला हा सर्व वृत्तांत समजताच हिटलरची गोबेल्सच्या योजनेला संमती मिळाली. इतकेच नव्हे, तर अन्स्ट क्राफ्ट हा हिटलरचा विश्वासू सल्लागार बनला. नव्या चतुष्पदींची तयारी सुरू झाली... पण चतुष्पदी बदलल्या, तरी नियती थोडीच बदलते?

□

“

१३.

खऱ्या आणि बनावट भविष्यवाणीचे ‘युद्ध’

”

डॉ. गोबेल्स सावध झाला आणि सेंच्युरीजची मिळतील ती सर्व पुस्तके त्याने गोळा केली. फ्रेंच भाषेचे अनेक तज्ज्ञ गोळा केले आणि ती पुस्तके जर्मनीमध्ये भाषांतरित करून घेतली. या भविष्यवाणीतील धोका आता त्याच्या लक्षात आला होता.

हिटलरच्या संदर्भातील सर्व चतुष्पदींची त्याने एक वेगळी नोंद बनवून घेतली आणि त्यांचा पुनश्च नीट अभ्यास केला. ज्या मूळ चतुष्पदींमध्ये महायुद्धाच्या पूर्वार्धात हिटलरला आणि त्याच्या जर्मन सैन्याला मिळणाऱ्या विजयांचे वर्णन केले आहे, त्या चतुष्पदी त्याने कायम ठेवल्या. परंतु युद्धाच्या उत्तरार्धात जर्मन सैन्याची होणारी पीछेहाट आणि शेवटी संपूर्ण पराभव, हिटलरचा शेवट इत्यादी सांगणाऱ्या चतुष्पदी वगळल्या. त्याऐवजी जर्मन सैन्याचे विजयच विजय वर्णन करणाऱ्या नव्या चतुष्पदी या तज्ज्ञांकडून अर्न्स्ट क्राफ्टकडून त्याने करवून घेतल्या आणि वगळलेल्या चतुष्पदींच्या जागी या बनावट रचना घातल्या. याप्रमाणे बनविलेली ‘सेंच्युरीज’ची नवी पुस्तके सर्वत्र वितरित केली. इंग्लंडच्या किनाऱ्यालगतच्या भागातही ही नवी पुस्तके पोहोचतील अशी व्यवस्था त्याने केली.

इंग्लंडचे युद्धकालीन पंतप्रधान सर विन्स्टन चर्चिल यांच्या कानी ही वार्ता जाताच त्यांनी ‘सेंच्युरीज’ची मूळ फ्रेंच प्रत मागवून लुई द व्होल (Louis de Wohl) या मदतनीसाकडून त्यांचे यथायोग्य जर्मन भाषांतर करवून घेतले आणि विमानातून त्या प्रती जर्मनीत आणि जर्मनीने पादाक्रांत केलेल्या प्रदेशात टाकल्या. नॉस्त्रादेमसच्या ‘सेंच्युरीज’ पुस्तकाचे हे एक आगळेच प्रचारयुद्ध खेळले गेले.

नॉस्त्रादेमसच्या काळात विमाने नव्हती. विमान चालविणारे वैमानिकदेखील कुणाला माहीत असण्याची शक्यता नव्हती. त्याचप्रमाणे बॉम्ब या भयानक स्फोटक अस्त्राचीही कुणाला कल्पना असण्याचे कारण नव्हते. परंतु नॉस्त्रादेमसच्या दिव्य दृष्टीला हे हवाई युद्धाचे दृश्य स्पष्टपणे दिसले असावे यात शंका नाही. त्याने किती सुयोग्य शब्दांत वर्णन केले आहे पाहा :

"... ते यांत्रिक पक्षी आकाशातून जमिनीवर नाश टाकतील...
... नाश... नाश... सर्वत्र विजेसारखा लखलखाट...
... यांत्रिक पक्षाच्या पोटात मानवाचे धड आणि डुकराचे
मस्तक असलेले विचित्र प्राणी...
चौफेर नाश टाकीत आकाशात घिरट्या घालतील..."

मुखवटा (मास्क) घातलेले वैमानिक नॉस्त्रादेमसने कधी पाहिले असण्याची शक्यताच नाही. त्यामुळे त्यांचे मस्तक त्याला लांबोळके डुकराच्या मस्तकाप्रमाणे वाटले असणार. 'यांत्रिक पक्षी' म्हणजे विमान आणि 'नाश' म्हणजे बॉम्ब हे सांगण्याची आवश्यकता नाही.

खुद्द हिटलरबाबत त्याने काढलेले उद्गार किती समर्पक आहेत पाहा. तिसऱ्या शतकातील पस्तीसावी चतुष्पदी सांगते–

"... सामान्य कुळातून आलेला... आपल्या अमोघ वक्तृत्वाने (साऱ्यांना) भारून टाकील...
... साठ लक्षांहून अधिक ज्यू धर्मीयांचे शिरकाण...
... भयानक रक्तपात आणि युरोपच्या भूमीवर रक्ताचा सडा घातला जाईल...
... त्याचे शेवटी काय झाले हे कुणालाच कळणार नाही..."

ॲडॉल्फ हिटलरने बर्लिननजीकच्या टेकडीत बांधलेल्या आपल्या खास बंकरमध्ये आपली प्रेयसी इव्हा ब्राऊन हिच्यासमवेत आत्महत्या केली आणि पेट्रोल ओतून जाळून घेतले असे मानले जाते. अनेक विचारवंतांच्या मते, 'हिटलरसारखा अत्यंत खंबीर मनाचा मनुष्य आत्महत्या करील हे कदापि शक्य नाही. तो कुठेतरी दक्षिण अमेरिकेतील देशात पळून गेला असणार.'

काय असेल ते असो, पण त्याही बाबतीत नॉस्त्रादेमसने केलेली भविष्यवाणी केवळ अतर्क्यच म्हणावी लागेल.

'चतुष्पदी बदलून नियती कशी बदलेल?'

स्विस ज्योतिषज्ञ अर्न्स्ट क्राफ्ट याने बनावट चतुष्पदी रचल्या आणि नाझी

प्रचारमंत्री डॉ. जोसेफ पॉल गोबेल्स याच्या योजनेनुसार नॉस्त्रादेमसच्या 'सेंच्युरीज' या ग्रंथाच्या बनावट आवृत्त्या करण्यात महत्त्वाचा वाटा उचलला. पैशाच्या आत्यंतिक गरजेपोटी त्याने हे दुष्कृत्य केले होते. मूळ ग्रंथातील चतुष्पदी वगळून त्या जागी जर्मनांच्या देदीप्यमान विजयाचे गोडवे गाणाऱ्या चतुष्पदी घुसडण्यात आल्या. याप्रमाणे नव्याने 'संपादित' केलेल्या नॉस्त्रादेमसच्या 'सेंच्युरिज'च्या वेगवेगळ्या भाषांत छापलेल्या प्रती फ्रान्स, जर्मनीसह अनेक देशांमध्ये वाटण्यात आल्या. जर्मन बुद्धिमत्तेचा आणि प्रचारतंत्राचा तो एक उत्कृष्ट आविष्कार म्हणता येईल.

अन्‍र्स्ट क्राफ्टने गोबेल्सच्या प्रचारखात्यात काही दिवस काम केले खरे, पण त्याचे मनच त्याला खाऊ लागले. आपण केवळ स्वार्थासाठी जगातील एका महान भविष्यवेत्त्याचा उपमर्द केला, त्याच्या उज्ज्वल नावाला काळे फासले, अशी टोचणी त्याला सदैव अस्वस्थ करू लागली. त्याने त्यापुढे काम करण्याचे नाकारले. परंतु एकदा नाझी यंत्रणेत शिरलेल्या माणसाला बाहेर थोडेच सोडले जाते? मनाने खचलेल्या नैराश्यग्रस्त अन्‍र्स्ट क्राफ्टला गेस्टापोने (जर्मन हेर खाते) कैद करून छळ छावणीकडे (Concentration Camp) पाठविले. अन्‍र्स्ट क्राफ्टने हाय खाऊन वाटेतच प्राण सोडला. त्याच्या हाताखाली काम करणाऱ्या 'भाडोत्री' ज्योतिषांनाही त्याच्यासमवेतच पाठविले गेले. त्यांचे काय झाले असावे याबद्दल तर्क करण्यास फार कल्पनाशक्तीची आवश्यकता नाही.

'सेंच्युरीज' या ग्रंथाबाबत डॉ. मॅक्स फॉन्टब्रून आणि जीन चार्ल्स फॉन्टब्रून या पितापुत्रांची समीक्षा आणि स्पष्टीकरणे सर्वाधिक विश्वसनीय आणि प्रमाणभूत मानली जातात. डॉ. मॅक्स फॉन्टब्रून हे फ्रान्समधील प्रथितयश सेवाभावी डॉक्टर. त्यांना ज्योतिषविद्येबाबत विलक्षण आकर्षण होते.

१६०५मध्ये प्रकाशित झालेली 'सेंच्युरीज' या ग्रंथाची एक दुर्मिळ प्रत कुणा सुहृदाने १९३४मध्ये त्यांना भेट म्हणून पाठविली. त्यांनी लागलीच चतुष्पदींचा अन्वयार्थ लावण्यास प्रारंभ केला आणि १९३८ मध्ये 'सेंच्युरीजचा भावार्थ' या नावाने आपले पुस्तक आपल्या स्पष्टीकरणासह प्रकाशित केले. त्यात जर्मनीचा प्रारंभी विजय, नंतर पीछेहाट आणि शेवटी पराभव हे सर्व काही कथन केले होते. हिटलरचा करुणास्पद शेवटही वर्णन केला होता आणि युद्धोत्तर घटनांत जर्मनीची फाळणी आणि इस्त्राईलची निर्मिती होईल, हेही चतुष्पदींच्या आधारे विशद केले होते. साहजिकच १९४०मध्ये जर्मनांनी फ्रान्स पादाक्रांत केल्यावर फॉन्टब्रूनच्या पुस्तकावर बंदी घातली. मिळतील त्या सर्व प्रती गोळा करून जाळून टाकल्या. ज्या छापखान्यात पुस्तक छापले होते, त्यांतील यंत्रे अक्षरांच्या खिळ्यांसहित वितळवून टाकली आणि इमारत जमीनदोस्त केली. नंतर १९४४मध्ये जर्मनीची पीछेहाट सुरू झाली आणि फ्रान्सवरील विळखा सैल झाला. फॉन्टब्रूनच्या ग्रंथाच्या काही प्रती

दडवून सुरक्षित ठेवण्यात आल्या होत्या. त्यांचे पुनर्मुद्रण करून डॉ. मॅक्स फॉन्टब्रूनचा सत्कार करण्यात आला. या ग्रंथातील जर्मनीची फाळणी आणि इस्राईलची निर्मिती यांवरील त्याच्या स्पष्टीकरणामुळे त्याला अमाप प्रसिद्धी मिळाली, पण या गोष्टी चारशे वर्षे अगोदरच पाहणाऱ्या नॉस्त्रादेमसच्या अतींद्रिय शक्तीचा तो आणखी एक थक्क करणारा अनुभव होता.

डॉ. मॅक्स फॉन्टब्रूनच्या ग्रंथात फक्त एक मोठी उणीव आहे. त्याने मॅजिनो लाईन तटबंदीबाबत काहीही भाष्य करण्याचे टाळले आहे. कदाचित ॲबे टॉर्ने शॉव्हिनीच्या ग्रंथाचा दबदबा हे त्याचे एक कारण असावे. डॉ. मॅक्स फॉन्टब्रून यांनी १९५९मध्ये मॉंटेविलिअर येथे इहलोकीची यात्रा संपविली. त्यानंतर पाच वर्षे अविश्रांत परिश्रम करून जीन चार्ल्सने वडिलांच्या संशोधनाची सारी साधने, कागदपत्रे गोळा केली, आणि वेगवेगळ्या भाषांतून चतुष्पदींत आलेल्या शब्दांचे अर्थ आणि त्यांच्या विविध छटा संगणकाच्या साहाय्याने स्पष्ट केल्या. १९८०मध्ये त्याने आपला अभ्यासपूर्ण ग्रंथ प्रकाशित केला. नॉस्त्रादेमसच्या भविष्यकथनाबाबत हा ग्रंथ आज प्रमाणभूत मानला जातो. त्यातील काही लिखाण मन वेधून घेते. त्याने म्हटले आहे –

"... नियती कधीही कुणालाही टाळता येत नाही, हेच खरे. जर्मनीचे शस्त्रसंपन्न बनून सामर्थ्यवान होणे, युरोप पादाक्रांत करणे, लक्षावधी ज्यूंचा संहार, कोट्यवधी युवकांचे रक्त सांडणे, कल्पनातीत मालमत्तेची हाती वगैरे साऱ्या गोष्टी ठाऊक असूनही टाळता आल्या नाहीत. हिटलरला आपला दारुण शेवट ठाऊक असूनही टाळता आला नाही. जर्मनीचा पराभव होईल हे माहीत असून युद्ध थांबविता आले नाही. या सर्व घटित वास्तवाला 'नियती'शिवाय आणखी दुसरे कोणते नाव देता येईल?"

□

“

१४.

‘दोन शहरांवरची अभूतपूर्व आपत्ती’

”

अमेरिका युद्धात उतरल्याक्षणीच दुसऱ्या जागतिक महायुद्धाचा शेवटचा अंक सुरू झाला होता. जर्मनी-इटलीची सर्व आघाड्यांवर पीछेहाट होत होती. अणुबॉम्ब पडताक्षणीच जपानने बिनशर्त शरणागती पत्करली. १९४५च्या ऑगस्ट महिन्यात जपानमधील हिरोशिमा आणि नागासाकी या समुद्रकिनाऱ्यावरील शहरांवर प्रत्येकी एक अणुबॉम्ब टाकण्यात आला. प्रचंड प्राणहानी, अपरिमित वित्तहानी झाली, इतकेच नव्हे, तर मैलोगणती मुलूख उजाड झाला. साधे गवताचे पातेही जमिनीवर जिवंत राहू शकले नाही. या आसुरी संहाराबरोबरच दुसरे महायुद्ध संपले.

विज्ञानाच्या मते, अणू हा पदार्थाचा सर्वात लहान अंश-कण असून तो अविभाज्य आहे, असे या अणुबॉम्ब स्फोटापूर्वी सर्व शास्त्रज्ञ छातीठोकपणे सांगत असत, आणि ‘अणूमध्ये प्रचंड संहारक शक्ती आहे. फार मोठा ऊर्जास्रोत आहे’, वगैरे पूर्वापर लिहिलेल्या भूर्जपत्रावरील हस्तलिखितांतील गोष्टी या केवळ ‘पुराणांतील वांगी’ आहेत म्हणून त्यांची हेटाळणी केली जात असे. हा भाग जरी बाजूला ठेवला तरी त्या भारतीय ऋषीमुनींचे द्रष्टेपण हे वादातीत होते. त्यांना या संहारक शक्तीची पूर्वकल्पना होती, हे या स्फोटाने स्पष्ट केले.

चारशे वर्षांपूर्वी नॉस्त्रादेमसने हा विध्वंस स्वत:च्या अतींद्रिय शक्तीने आकलन केला, दिव्य दृष्टीने पाहिला आणि ज्योतिषीय गणित मांडून त्याचा पडताळा पाहिल्यानंतर त्याचे वर्णन एका चतुष्पदीत सुरेख गुंफले आहे. दुसऱ्या शतकातील सहावी चतुष्पदी सांगते –

"... बंदराजवळ असलेल्या दोन शहरांवर फार मोठी आपत्ती कोसळेल...
... आतापर्यंत कधीही कुणीही न पाहिलेली भीषण आपत्ती...
... सारी माणसे कोळशाप्रमाणे काळी ठिक्कर... प्लेगच्या साथीचा संसर्ग झाल्याप्रमाणे...
... तलवारबहाद्दर मदतीसाठी आक्रंदन करतील..."

नॉस्त्रादेमसचे हे वर्णन चारही ओळींचा विचार करता फक्त जपानमध्ये घडविलेल्या अणुबॉम्ब स्फोटालाच लागू करता येते. 'बंदराजवळील दोन शहरे' म्हणजे हिरोशिमा आणि नागासाकी. संपूर्ण दुसऱ्या महायुद्धात फक्त या ठिकाणी दोनच अणुबॉम्ब टाकण्यात आले, हा इतिहास आहे. कधीही, कुणीही न पाहिलेली अशी भीषण आपत्ती केवळ अणुस्फोटानेच निर्माण झाली. तिसऱ्या ओळीतील 'काळी ठिक्कर माणसे' या भयानक स्फोटाच्या उष्णतेने जळालेली चामडी सोलवटून अतिशय विद्रूप झालेली आणि किरणोत्सर्गाने (atomic radiation) अधिकच हिडिस दिसत असणार. पूर्वी असे दृश्य कधीही न पाहिल्यामुळे नॉस्त्रादेमसने त्याला त्याच्या जमान्यातील सर्वांत भयानक आपत्ती असलेल्या 'प्लेगच्या साथी'ची उपमा दिली आहे आणि चौथ्या ओळीतील 'तलवारबहाद्दर' म्हणजे जपानी परंपरेतील शूर योद्धे 'सामुराई' हे तलवारबहाद्दर कुठल्याही आपत्तीला डरत नाहीत, प्राणार्पण करतील; पण वाकणार नाहीत, अशी त्यांची ख्याती पूर्वापार चालत आलेली, तेदेखील दीन होऊन मदतीसाठी आक्रंदन करतील, हे वर्णन मनाला कुठेतरी खोलवर स्पर्श करून जाते. या चारही ओळींचा साकल्याने विचार केला तर, नॉस्त्रादेमसने केलेले हे वर्णन जपानमधील अणुबॉम्बच्या स्फोटाचेच आहे, याबद्दल संशय उरत नाही.

दुसरे महायुद्ध पूर्णत: थांबले आणि त्यानंतर प्रत्ययाला आलेल्या नॉस्त्रादेमसच्या भविष्यवाणीतील दोन ठळक घटना म्हणजे जर्मनीची दोन शकले होतील, हे एक भाकीत; बर्लिन शहराचेही दोन तुकडे करण्यात आले आणि मध्ये उंचच उंच भिंत बांधण्यात आली आणि दुसरी भविष्यवाणी म्हणजे कधीही कुणाच्याही ध्यानीमनी नसलेली, जगात अद्यापपर्यंत (महायुद्धाच्या समाप्तीपर्यंत) अस्तित्वातच नसलेली अशी इस्त्राईल या ज्यू धर्मीय राष्ट्राची निर्मिती (१९४८). या दोन्ही गोष्टी पूर्णत: प्रत्ययाला आल्या आणि जगाला पुन्हा एकदा विलक्षण थक्क करून गेल्या.

□

“

१५.

कल्पनेतही नसलेल्या इस्त्राईलची निर्मिती

”

दुसऱ्या महायुद्धानंतर जगाच्या इतिहासात नोंदविली गेलेली अत्यंत ठळक आणि महत्त्वाची घटना म्हणजे मध्यपूर्वेतील 'इस्त्राईल' या ज्यू धर्मीय देशाची निर्मिती. पूर्वी कधीही अस्तित्वात नसलेला देश कुणाच्याही ध्यानीमनी नसताना एकाएकी अस्तित्वात आला. ॲडॉल्फ हिटलरच्या विकृत मनोवृत्तीमुळे साठ लक्षांहून अधिक धर्मीयांचे हकनाक झालेले हत्याकांड हे एक कारण होते. अशी घटना पुन्हा केव्हाही घडू नये म्हणून ज्यू धर्मीयांना स्वतंत्र भूभाग तोडून देण्यात आला. कुणाही राजकारण्याला त्याची पूर्वकल्पना नव्हती, हे ऐतिहासिक सत्य आहे. परंतु नॉस्त्रादेमसने मात्र हा देश कसा अस्तित्वात येणार याबद्दलच पूर्ण तपशील चारशे वर्षांपूर्वीच लिहून ठेवला होता. 'सेंच्युरीज'च्या तिसऱ्या शतकातील सत्याण्णव क्रमांकाची चतुष्पदी सांगते–

“... सिरिया, ज्यूडिया आणि पॅलिस्टाईन परिसरात नवा कायदा अस्तित्वात येईल...

... बार्बारिअन्सचे भले मोठे साम्राज्य कोसळेल...

... आणि हे सारे विसाव्या शतकात घडून येईल...”

'बार्बारिअन्स' म्हणजे अतिरेकी-अरबांचे पूर्वज. महायुद्धाच्या काळातील मध्यपूर्वेच्या नकाशावर नजर टाकली तर एकमेकांना खेटून असलेल्या देशांपैकी सीरियाचा काही भाग, जॉर्डनचा (नॉस्त्रादेमसचा 'ज्यूडिया') काही भाग आणि पॅलेस्टाईन हा सारा

परिसर मिळून इस्राईलची निर्मिती करण्यात आली, हे सहज ध्यानात यावे. नॉस्त्रादेमसला हे सत्य केव्हाच उमजले होते. मध्यपूर्वेतील अरब देशांना अर्थातच हे रुचण्यासारखे नव्हते. परंतु त्या काळी हलाखीचे जीवन जगणाऱ्या मागासलेल्या अरबांना तेलाचा पैसा अद्याप मिळाला नव्हता, आणि पाश्चिमात्य देशांचे प्रगत युद्धतंत्रही त्यांच्याजवळ नव्हते. ज्यू धर्मीयांना स्वतःची भूमी आणि स्थैर्य मिळाले, हे खरे, पण ही इस्राईलची निर्मिती अरबांवर लादली गेली, हेही तितकेच खरे. त्यातूनच मध्यपूर्वेत अशांततेचे बीज कायमचे पेरले गेले.

नॉस्त्रादेमस स्वतः वंशाने ज्यू होता. त्याची सहानुभूती ज्यू लोकांकडेच वळणार यात अस्वाभाविक असे काहीच नाही. अर्थात उत्तर आफ्रिकेतील मोरोक्को वगैरे भूमध्य समुद्रालगत वस्ती करणारे अरबांचे पूर्वज 'मूर' (Moor) जमातीचे लोक मध्ययुगात युरोपवर नेहमीच आक्रमण करून उच्छाद करीत असत, हा भाग होताच. तिसऱ्या शतकातील पंचाण्णव क्रमांकाची चतुष्पदी बरेच काही सांगून जाते.

"... मूरिश कायदा संपुष्टात येईल...

... आणि नंतर याच्या इतक्या नाही तरी बऱ्याच प्रमाणात चांगल्या वाटणाऱ्या घटना घडून येतील...

... नायपर (Dnieper) नदी मैत्रीचा हात पुढे करील...

... आकर्षक माणसावर स्तुतिसुमने उधळील... भेटवस्तू पाठवील..."

'मूरिश कायदा संपुष्टात येईल,' म्हणजे मध्यपूर्वेतील अरबांचे वर्चस्व नष्ट होईल. नायपर नदी रशियात आहे. ते रशियाचे प्रतीक मानता येईल. 'आकर्षक माणूस' म्हणजे 'अंकल सॅम'. म्हणजेच अमेरिका. म्हणजे रशिया-अमेरिकेतील शीत युद्ध थांबेल आणि दोघांची मैत्रीपूर्ण युती होईल. (अरबांविरुद्ध?) या साऱ्या घटना नॉस्त्रादेमसला चारशे वर्षांपूर्वी कशा दिसू शकतात, हे मानवी आकलनाच्या पलीकडे आहे.

नॉस्त्रादेमसला गुरुस्थानी मानणारी श्रीमती जीन डिक्सन या अमेरिकन ज्योतिषी महिलेचा १९३५-१९४५ या दशकात फार बोलबाला होता. 'द गिफ्ट ऑफ द प्रोफेसी' (१९४४) या तिच्या लिखाणाने विक्रीचे सारे उच्चांक मागे टाकले होते. थक्क करणारी अनेक भविष्यकथने त्यात नमूद केलेली आढळतात. हे पुस्तक नुकतेच बाजारात आले होते तेव्हाची गोष्ट. एका मेजवानीच्या प्रसंगी जीन डिक्सन यांची अमेरिकेचे उपाध्यक्ष हॅरी टुमन यांच्यासमवेत ओळख करून देण्यात आली. हस्तांदोलन करतानाच डिक्सनबाई उद्गारल्या, "अभिनंदन... आपण अमेरिकेचे अध्यक्ष झालात..."

टुमन स्तिमित होऊन म्हणाले, "मदाम, तुम्ही काय बोलता आहात त्याचा अर्थ तुम्हाला कळतो काय?"

श्रीमती डिक्सन हसून म्हणाल्या, "मी पूर्णपणे शुद्धीवर आहे... आणि मी

नशापान कधीच करत नाही...''

दुसऱ्या दिवशी ट्रुमन यांनी अध्यक्ष फ्रँकलिन रुझवेल्ट यांना घडलेला हा सारा प्रकार सांगितला. रुझवेल्ट यांनी डिक्सनबाईंना बोलावून घेऊन विचारले, ''मला अद्याप किती मुदत आहे?''

श्रीमती डिक्सन म्हणाल्या, ''सहा महिन्यांपेक्षा अधिक नाही...''

रुझवेल्ट त्याच सुमारास वारले आणि ट्रुमन अध्यक्ष झाले, इतकेच नव्हे, तर पुन्हा निवडून आले, हा इतिहास आहे.

□

“

१६.

... मग उदयाला आले काळे सोने... खोमेनी

”

दुसरे महायुद्ध संपले आणि सर्वांनाच हायसे वाटले. काहीसे स्थिरस्थावर झाल्यानंतर सर्वच देशांत पुनर्बांधणीचे वारे वाहू लागले. सामानाची वाहतूक आणि वाहतुकीसाठी इंधन म्हणून खनिज तेलाची मागणी अतोनात वाढली. 'क्रूड' आणि 'पेट्रोलियम'चे साठे असणाऱ्या मध्यपूर्वेतील देशांचे महत्त्व एकदमच वाढले. मागासलेले जीवन जगणाऱ्या या कंगाल देशांकडे पैशाचा महापूर वाहू लागला आणि इतका मुबलक पैसा कधीच न पाहिलेल्या मध्यपूर्वेतील देशांना त्या पैशाचे काय करावे हे कळेनासे झाले. त्यांचे जीवनमान आणि राहणी यांत आमूलाग्र बदल घडत गेले.

या अरब राष्ट्रांचा शेजारी असलेला इजिप्त त्या मानाने खूपच प्रगत देश होता. आधुनिक इजिप्तचा शिल्पकार आणि पंडित जवाहरलाल नेहरूंचा निकटवर्ती स्नेही कर्नल नासेर हा तेव्हा इजिप्तचा सर्वेसर्वा होता. त्याने अरबांच्या एकत्रीकरणाचा, त्यांना समजाविण्याचा सतत प्रयत्न केला. या एकूण परिस्थितीचे समग्र वर्णन 'सेंच्युरीज'च्या पहिल्या शतकातील चाळीसाव्या चतुष्पदीत आढळते –

“... विनासायास धनप्राप्ती झालेले मध्यपूर्वेतील (देश आकस्मिक सुदैवाने) हुरळून जातील...

... पूर्वापार जीवनमूल्ये झुगारून नव्या पद्धतीने वागतील...

इजिप्तचा महान नेता (कर्नल नासेर?) त्यांना समजावून सांगण्याचा यत्न करील...

... परंतु त्याचे प्रयत्न व्यर्थ ठरतील...''

मध्यपूर्वेतील या भूभागाला नॉस्त्रादेमस 'बायझंटाईन' या प्राचीन साम्राज्याच्या नावानेच संबोधतो. या प्रदेशातील एकूण घडामोडी नॉस्त्रादेमसने व्यवस्थित तपशीलासह नमूद केल्या आहेत. त्याच्या अचूकपणाचे खरोखरच नवल वाटते. इजिप्तचे प्रयत्न फोल ठरले आणि अरब राष्ट्रांतील आपसांतील कटकटी, लढाया सतत चालूच राहिल्या. मध्यपूर्वेतच अरबांच्या शेजारी ऐतिहासिक परंपरा असलेला इराण हा मोठा देश आहे. आर्यांची महान संस्कृती आणि परंपरा लाभलेल्या या देशाच्या बादशहाचा किताब देखील आर्यमेहेर (संस्कृत आर्यमिहिर – आर्यांचा सूर्य) असा आहे. इराणमध्येदेखील 'काळ्या सोन्याचा' भला मोठा स्रोत सुरू झाला आणि विनासायास लाभलेल्या ऐहिक स्वास्थ्यामुळे कटकटी सुरू झाल्या. या कटकटींचा खलनायक होता अयातुल्ला खोमेनी.

या सर्व घडामोडींचे नॉस्त्रादेमसने किती यथार्थ वर्णन केले आहे पाहा. पहिल्या शतकातील त्रेपन्नावी चतुष्पदी सांगते.

''... अरेरे! ऐतिहासिक परंपरा असलेल्या या महान देशात किती कटकटी निर्माण झाल्यायत आकस्मिक धनस्रोतामुळे...

... धार्मिक कटकटी... कायदा-सुव्यवस्था पार ढासळून जाईल.

... कारस्थानाची सूत्रे फ्रान्समधून हलविली जातील...

... महान नेता पदच्युत केला जाईल.''

विसाव्या शतकाच्या सातव्या दशकात इराणमध्ये मूलतत्त्ववाद्यांनी शहाविरोधी कारवाया सुरू केल्या. तेलाच्या निर्यातीमुळे इराणला उत्तम धनप्राप्ती होऊ लागली. साहजिकच बादशहा शहा रेजा पहेलवी याने इराणला आधुनिक प्रगत देशांच्या मालिकेत आणून ठेवण्याचा प्रयत्न केला. आधुनिक तुर्कस्तानचा शिल्पकार केमाल पाशा याच्या पावलावर पाऊल ठेवून त्याने इराणचे आधुनिकीकरण सुरू केले, परंतु हटवादी मूलतत्त्ववाद्यांना या सुधारणा रुचेनात. कटकटी सुरू झाल्या. दहशतवाद सुरू झाला. शेवटी अयातुल्ला खोमेनी याला १९६३मध्ये हद्दपार करण्यात आले. त्याने फ्रान्समध्ये राजकीय आसरा घेतला आणि तेथून पाताळयंत्री कारवायांची सूत्रे हलवीत बादशहाला मेटाकुटीला आणले, हा इतिहास आहे.

पहिल्या शतकातील सत्तराव्या चतुष्पदीत नॉस्त्रादेमसने इराणची ही दुःखद कहाणी अचूकपणे वर्णन केली आहे –

''त्या महान देशातील लढाया, क्रांती आणि त्याचबरोबर सतत पडणारा दुष्काळ थांबणार नाही...

''मूलतत्त्ववादी बादशहाचा विश्वासघात करतील.

“बादशहाच्या नाशाची योजना फ्रान्समध्ये सुरू होईल आणि तेथेच संपेल.”

अयातुल्ला खोमेनीला १९६३मध्ये हद्दपार केला, तेव्हापासून इराणमध्ये यादवी युद्ध आणि दुष्काळ यांनी थैमान घातले. शेवटी इराणी सैन्याने १६ जानेवारी १९७९ला बादशहाला पदच्युत केले आणि अयातुल्ला खोमेनी इराणचा सर्वेसर्वा झाला.

नॉस्त्रादेमसने आधी लिहिले, पुढे तसा इतिहास घडला.

□

“

”

१७.

डायनाच्या प्रेमाची दुर्दैवी अखेर

एके काळी 'ज्यावर सूर्य कधीच मावळत नाही' असे म्हटले जाणाऱ्या.. जगभर पसरलेल्या ब्रिटिश साम्राज्याचे धनी इंग्रज लोक हे कितीही सुधारले आणि प्रगत झाले तरी त्यांची मूळ रूढीप्रियता बदलत नाही, हे ऐतिहासिक सत्य आहे.

ग्रेट ब्रिटनच्या विंडसर राजघराण्यातील दुसरी एलिझाबेथ ही सध्या तख़्तनशीन असलेली महाराणी. स्वाभाविकच तिचा थोरला मुलगा प्रिन्स चार्ल्स हा पूर्वापार प्रथेनुसार युवराज्याभिषेक होऊन गादीचा वारस बनला आणि त्याला 'प्रिन्स ऑफ वेल्स' हा किताब बहाल करण्यात आला. चार्ल्सच्या स्वभावामुळे बरेच दिवस त्याचा विवाह होऊ शकला नाही, आणि शेवटी तो एका श्रीमंत कुटुंबातील; परंतु सामान्य वर्गातील (कॉमनर) एका देखण्या मुलीच्या प्रेमात पडल्याची वार्ता हळूहळू बाहेर प्रसृत झाली.

रूढीप्रिय इंग्रज आपल्या रीतिरिवाजांत बदल करण्यास कधीत तयार होत नाहीत, आणि विंडसर घराणे तर सर्वच इंग्रजांचा मानबिंदू. राजघराण्यात येणारी त्याची वधू ही ग्रेट ब्रिटनची भावी महाराणी. ती राजघराण्यातलीच असावी, किमान उमराव घराण्यातील (नोबल ब्लड) तरी असावी हा पूर्वापार संकेत आहे. तेव्हा प्रिन्स चार्ल्सने सामान्य कुटुंबातील डायना या अत्यंत सुस्वरूप युवतीशी विवाहबद्ध व्हावे, हे कुणालाच मान्य होण्याजोगे नव्हते. त्यावरून खूप वादळ उठले.

साधारण साठी-सत्तरीत असलेल्या बुजुर्ग वाचकांना आठव्या एडवर्डची प्रेमकहाणी निश्चितच आठवत असेल. १९३६मध्ये राजे पंचम जॉर्ज वारल्यानंतर त्यांच्या दोन पुत्रांपैकी थोरला आठवा एडवर्ड हा बादशाही गादीचा वारस ठरला. परंतु एका

सामान्य कुटुंबातील विधवेवर त्याचे मन जडले होते आणि दोघांचे प्रेमसंबंधही जुळले होते. त्या स्त्रीला 'ग्रेट ब्रिटनची महाराणी होता येणार नाही,' असा स्पष्ट निर्वाळा ब्रिटिश पार्लमेंटने दिला. आठवा एडवर्ड हा देखील सच्च्या दिलाचा प्रेमिक होता. त्याने आपण होऊन राज्यत्याग केला आणि फ्रान्स-हॉलंडच्या सरहद्दीवरील एका लहानशा जहागिरीत आपले ऊर्वरित आयुष्य व्यतीत केले. परंतु प्रेमाला, विश्वासाला दगा दिला नाही.

यामुळे धाकटा राजपुत्र सहावा जॉर्ज (आताची महाराणी दुसरी एलिझाबेथ यांचा पिता) गादीवर आला. इंग्रज लोकांच्या रूढीप्रियतेचे हे उत्तम उदाहरण म्हणता येईल. तेव्हा चार्ल्सचे काय होणार, हा अनेकांच्या उत्सुकतेचा विषय असणे स्वाभाविकच होते. परंतु महाराणीनेच रदबदली केली, आणि डायना ही प्रिन्सेस 'डायना' झाली. मोठ्या मुश्किलीनेच इंग्रज लोक हा बदल सहन करण्यास राजी झाले, हे सर्वज्ञात आहे. या विवाहाचे पर्यवसान कसे आणि कशात झाले, हा इतिहासही आता सर्वांना माहीत आहे.

परंतु चारशे वर्षांपूर्वी नॉस्त्रादेमसला या सर्व गोष्टी तपशीलासहित माहीत होत्या, हे कोडे कसे उलगडणार? दहाव्या शतकातील पंचावन्नावी चतुष्पदी पहा :

"... अत्यंत दुर्दैवी विवाह थाटामाटाने साजरा होईल...
... या आनंदोत्सवाचे पर्यवसान दुःखातच होईल...
... सासू सुनेचा आत्यंतिक तिरस्कार करील...
... अपोलो मरण पावेल... सून दयनीय अवस्थेत जाईल..."

राजस्नुषा म्हणून विंडसर घराण्यात आल्यानंतर डायनाने आपले पूर्वीचे सारे सामान्य लोकांसमवेतचे संबंध सोडावेत, तोडून टाकावेत आणि राजघराण्यातील प्रतिष्ठित व्यक्तीच्या इतमामाने वागावे, यावर महाराणी एलिझाबेथचा कटाक्ष होता. परंतु असले जीवन प्रिन्सेस डायनाला मुळीच मान्य नव्हते.

विवाह आणि मृत्यूचे तंतोतंत भाकीत

डायना आणि चार्ल्स यांचे संबंध कसे जुळून आले, हा एक स्वतंत्र विषय होऊ शकेल. परंतु अत्यंत आकर्षक आणि देखण्या स्वरूपाच्या डायनावर चार्ल्स भाळला. 'लग्न करेन तर डायनाशीच' असा मनोदय त्याने व्यक्त केला आणि इंग्लंडमध्ये अभूतपूर्व वादळ निर्माण झाले.

सर्वगुणसंपन्न डायना निश्चितच श्रीमंत गणल्या जाणाऱ्या कुटुंबात जन्मली होती. परंतु राजघराणे किंवा ऐतिहासिक सरदार अथवा अमीर-उमरावाचे खानदान वगैरे पार्श्वभूमी त्या कुटुंबाला लाभली नव्हती. म्हणजे अडचण होतीच.

बरेच उलटसुलट वादंग, चर्चा वगैरे होऊन चार्ल्सचा निर्णय वादळाच्या भोवऱ्यात सापडला होता. परंतु राणी एलिझाबेथने समजूतदारपणा दाखवून मध्यस्थी केली आणि चार्ल्स-डायना विवाहबद्ध झाले. युवराज्ञी झाल्यानंतर राजघराण्यातील रीतिरिवाज पाळण्याचे बंधन आलेच. ते डायनाच्या अंगवळणी पडेना. तिचे सामान्य वर्गातील व्यक्तींसमवेत असलेले स्नेहसंबंध शाही कुटुंबाच्या प्रतिष्ठेला कमीपणा आणतात असा रीतिरिवाज-तज्ज्ञांचा निर्वाळा होता. पूर्वायुष्यात डायना अनेक समाजसेवा-कार्यांत सहभागी होत असे. अत्यंत आकर्षक, देखणी अन् लाघवी डायना सर्वांच्या कौतुकाचा विषय होत असे. समाजाच्या सर्व स्तरांतील गरजू लोक वेळी-अवेळी तिला भेटण्यास येत. हे शाही रिवाजांत बसण्याजोगे नव्हते. शाही कुटुंबात कुणाचीही भेट पूर्वनियोजित पद्धतीनेच घेतली जाते. खासगी सचिवामार्फत भेटीची वेळ, स्थळ, कालावधी, भेटीचे प्रयोजन, भेटप्रसंगी घ्यावयाचा अल्पोपाहार, युवराज्ञीने त्या प्रसंगी परिधान करावयाचा वेश, अलंकार इत्यादी तपशील अगोदरच ठरविला जाणे आवश्यक आणि बंधनकारक होते. तोकड्या बिनबाह्यांच्या फ्रॉकपासून जीन-खमीजपर्यंत सारे कपडे हौसेने परिधान करणाऱ्या स्वच्छंद वृत्तीच्या डायनाला ही बंधने मानवेनात आणि जनसंपर्कावाचून तिला घुसमटल्यासारखे वाटू लागले. रीतिरिवाज मोडले जाऊ लागले. अत्यंत रूढीप्रिय राजघराण्यात ही वागणूक सहन होण्याजोगी नव्हतीच. सासू राणी एलिझाबेथ आणि सून युवराज्ञी डायनाचे सतत खटके उडू लागले. सासू सुनेचा तिरस्कार करू लागली.

आणखीही एक फार मोठे कारण होते. राजवाड्याची व्यवस्थापिका (मेट्रन) आणि युवराज चार्ल्स यांचे घनिष्ठ संबंध होते. वारंवार सूचना देऊनही चार्ल्स आपले चाळे बंद करण्यास राजी नव्हता. शेवटी परिणाम व्हायचा तोच झाला. चार्ल्स आणि डायना यांचा घटस्फोट झाला.

त्यानंतर शाही बंधनांतून मुक्त झालेल्या डायनाचे स्वच्छंद वागणे पूर्ववत सुरू झाले. समाजसेवेत रमणाऱ्या अत्यंत आकर्षक देखण्या डायनाभोवती इच्छुक मित्रपरिवार गोळा होऊ लागला.

जन्माने अरब परंतु फ्रान्समध्ये व्यवसाय करणारा अतिधनाढ्य महंमद अल फऊद हा व्यावसायिक क्षेत्रात 'बिझनेस किंग' (व्यवसायाचा राजा) म्हणून ओळखला जात असे. त्याचा एकुलता एक मुलगा दोदी फऊद हा डायनाच्या प्रेमात पडला. दोघांची घनिष्ट मैत्री होती आणि ते विवाहबद्ध होतील असे निकटवर्ती वर्तुळात बोलले जात होते. दोदीच्या कर्मठ खानदानात विलायती सून मानवण्यासारखी नव्हती, पण दोदी कोणाचाही उपदेश ऐकण्याच्या मन:स्थितीत नव्हता. तेव्हा दोदीलाच नष्ट करण्याचा बेत आखला गेला आणि त्यात महंमद अल फऊदचा पुतण्या दोदीचा चुलत भाऊच सहभागी होता अशी वंदता होती. पॅरिसमधील एका अत्यंत आलिशान

हॉटेलात दोदी आणि डायना एकत्र राहात आहेत, अशी कुणकुण वार्ताहरांना लागली. ते तपास करीत हॉटेलमध्ये पोहेचले. दोदीला त्याची वार्ता कळताच त्याने ड्रायव्हरला गाडी मागील बाजूच्या भटारखान्याच्या दरवाजाजवळ आणण्यास सांगितले. दोदी, त्याचा अंगरक्षक आणि डायना मोठ्या त्वरेने तेथून बाहेर पडले. काही क्षणांतच वार्ताहरांना ही गोष्ट कळली आणि ते सहाही वार्ताहर वेगाने दोदीच्या मोटारीचा पाठलाग करू लागले. शेवटी अपघात नक्की कसा झाला वा घडवून आणला गेला हे स्पष्ट झाले नाही. परंतु दोदी आणि डायना हा दोघांचाही या अपघाताने हृदयद्रावक अंत झाला. ३१ ऑगस्ट १९९७.

नॉस्त्रादेमसला मात्र हा सारा तपशील चारशे वर्षांपूर्वीच माहीत होता. आठव्या शतकातील बत्तीसावी चतुष्पदी सांगते–

"... फ्रेन्च राजा, तुझ्या पुतण्यापासून सावध राहा...
... तुझ्या एकुलत्या एका मुलाचा खून होईल...
... त्या वेळी तो 'रती'ला मागणी घालीत असेल...
... रात्र... तिच्यासमवेत तिघे.... पाठलागावर सहा जण..."

या चतुष्पदीतील फ्रेन्च राजा म्हणजे महंमद अल फऊद. रती म्हणजे अत्यंत देखणी डायना. गाडीत तिच्यासमवेत दोदी, त्याचा अंगरक्षक आणि ड्रायव्हर हे तिघेच होते आणि पाठलागावर असणारे वार्ताहरही बरोबर सहाच होते.

हा सर्व बारीकसारीक तपशील नॉस्त्रादेमसला चारशे वर्षांपूर्वीच कसा काय ज्ञात झाला?

□

“

१८.

पहिल्या स्वातंत्र्यसमराचा उल्लेख : १८५७

”

अनेक जाणकारांच्या मते नॉस्त्रादेमसने आपल्या ग्रंथात भारतातील घडामोडीसंबंधी काहीही भविष्यकथन केलेले नाही. इतक्या दूर असलेल्या देशाच्या भवितव्याबाबत त्याला काहीही स्वारस्य वाटण्याचे कारण नाही, अशी मल्लीनाथीही केली जाते. परंतु हा दृष्टिकोन तितकासा योग्य नाही. भारतासंबंधी अनेक चतुष्पदी 'सेंच्युरीज'मध्ये समाविष्ट आहेत.

वानगीदाखल त्याची पहिल्या भारतीय स्वातंत्र्यसमराबद्दलची चतुष्पदी पाहा.

पहिले भारतीय स्वातंत्र्यसमर १८५७ साली सुरू झाले आणि १८५९ साली संपले. भारताचा पराभव झाला. साऱ्या भारतावर इंग्रजांचे एकछत्री राज्य सुरू झाले. त्यांच्या निर्देशनाखाली लिहिल्या गेलेल्या इतिहासात मात्र या युद्धाचा उल्लेख शिपायांचे बंड (Mutinee of Sepoys) असा अत्यंत उपहासगर्भ शब्दांत केला गेला आहे. वास्तव मात्र फार वेगळे होते.

इंग्रजांची 'ईस्ट इंडिया कंपनी' व्यापार करण्यासाठी म्हणून भारतात आली. आपल्या व्यापाराच्या आणि मालाच्या संरक्षणासाठी त्यांनी हळूहळू लष्करी दल उभे केले. नंतर भारतीय शिपायांची कवायती फौजही निर्माण केली. त्या काळी भारतात अनेक लहान-मोठी राज्ये, संस्थाने होती. त्यांच्यामध्ये कलागती लावून 'फोडा आणि झोडा' या नीतीचा अवलंब करीत त्यांनी एकेक राज्य आणि संस्थान गिळंकृत करण्यास प्रारंभ केला. भोळसट भारतीय संस्थानिकांनी आणि राजेरजवाड्यांनी आपसांत लढण्यासाठी इंग्रजांच्या फौजांचा उपयोग केला. त्याचा फायदा घेऊन इंग्रजांनी भारतात

भक्कम पाय रोवले.

आपले राज्य गेले आणि आपण परकीयांचे गुलाम झालो ही भावना हळूहळू भारतीयांच्या मनात घर करू लागली. त्यांच्या मनात असंतोष खदखदू लागला. त्याचाच परिपाक म्हणजे हे १८५७चे स्वातंत्र्यसमर. त्याचा तपशील पाहिला की, खरोखरच नवल वाटते. लढणारे सारे भारतीय सामान्य जन होते. त्यात युद्धनिपुण किंवा अनुभवी सेनानी कुणीच नव्हता. राजे, महाराजे आणि संस्थानिक वगैरे मंडळी इंग्रजांसमवेत हातमिळवणी करून आपापली संस्थाने सांभाळीत बसले. त्यांच्यापैकी कुणीही महाभाग इंग्रजांविरुद्ध उठला नाही. भारतीय सैन्य केवळ शिपायांचेच होते आणि ते जनसामान्यांच्या मदतीवरच लढत होते.

युद्धाचा मुळीच अनुभव नसलेले नानासाहेब पेशवे, त्यांचा कारभारी तात्या टोपे, वकील अजीमुल्ला, विशीच्या उंबरठ्यावर असलेली झाशीची राणी लक्ष्मीबाई हे समराचे नेते. कुणीही यापूर्वी युद्धात उतरले नव्हते किंवा युद्धतंत्राचे शिक्षण घेतले नव्हते. समराचे नेतृत्व करणारा दिल्लीचा मोगल बादशहा बहादुरशाह जफर वयाची ब्याऐंशी वर्षे उलटून गेलेली असतानाही घोड्यावर मांड टाकून हातात तलवार परजीत सैन्याच्या अग्रभागी तळपत होता.

त्या सर्व नेत्यांनी एकमत करून ६ जून १९५७ रोजी एकाच वेळी भारताच्या सर्व भागांत उठाव करावा असे ठरविले आणि त्या योजनेप्रमाणे तयारी केली होती, परंतु नियती मात्र वेगळेच ठरवीत होती.

इंग्रजांच्या पलटणीतील शिपायांना बंदुकांमध्ये काडतुसे भरताना त्यांवरील कागदी वेष्टण दातांनी कुरतडावे लागत असे. त्याला गायीची आणि डुकराची चरबी लावलेली असते, अशी वार्ता मीरत येथील छावणीत वणव्यासारखी पसरली. गोमातेची चरबी हिंदूंना निषिद्ध तर डुकराची चरबी मुसलमानांना निषिद्ध, तेव्हा आपल्याला गुपचुप धर्मभ्रष्ट करण्यात येत आहे, अशी भावना होऊन शिपाई भडकले. त्यांनी बंदुका उचलण्याचे नाकारले. गोऱ्या साहेबांचा हुकूम न पाळणाऱ्या 'नेटीव्ह हिंदी शिपायांना जरब बसावी म्हणून मीरत छावणीत जवान मंगल पांडे याला सर्वांसमक्ष झाडाला टांगून फाशी देण्यात आले. परंतु त्यामुळे जरब तर बसली नाहीच, उलट विद्रोहाची ठिणगीच पडली. इतर शिपायांच्या बायकांनी त्यांची यथेच्छ निर्भर्त्सना केली. "...तुमच्या भावाला तो केवळ धर्मपालन करतो (चरबीला तोंड लावण्याचे नाकारतो) म्हणून फासावर चढविले जाते... अन् तेही तुमच्या देखत? अन् तुम्ही सारे भेकड, नामर्दासारखे ते सहन करीत स्वस्थ बसलात? ...यापेक्षा बांगड्या भरा अन् डोक्यावर घुंघट ओढून घ्या..." ठिणगी पडली. परिणाम व्हायचा तोच झाला. सारेच शिपाई भडकले. त्यांनी इंग्रजांविरुद्ध विद्रोहाचे निशाण उभारले. १० मे १८५७. इंग्रज अधिकाऱ्यांना न जुमानता शस्त्रागार लुटले. इतकेच नव्हे तर

त्यांना ठार करून दिल्लीकडे कूच केले.

दिल्लीतील लाल किल्ल्यात जवळपास नजरकैदेतच असणाऱ्या बहादुरशहा या मोगल सम्राटाच्या नावे हिंदी साम्राज्याची द्वाही फिरवली आणि 'आमचे नेतृत्व करा' म्हणून बादशहाला गळ घातली. अत्यंत नाट्यमय रीतीने घडणाऱ्या साऱ्या घटना पाहून वृद्ध बादशहा आश्चर्याने थक्क झाला.

परंतु सुमारे तीनशे वर्षे पूर्वीच हा प्रकार पाहणाऱ्या नॉस्त्रादेमसने त्याचे अचूक वर्णन चौथ्या शतकातील तेराव्या चतुष्पदीत केले आहे.

"खदखदणारा असंतोष साऱ्या छावणीत पसरेल...
... साऱ्या पलटणी खवळून उठतील...
... विद्रोहाचे निशाण उभारून युद्धाची तयारी करतील...
पायदळाचा पवित्रा पाहून थोर नेता आश्चर्यचकित होईल..."

डॉ. एरिका चिथम् यांनी ही चतुष्पदी सोळाव्या शतकातील ड्यूक ऑफ बर्मा अ‍ॅन्टवर्प याच्या संदर्भात रचली आहे, असे म्हटले आहे. सर्वच पाश्चात्य लेखकांचेही हेच मत आहे, परंतु तपशील मात्र भारताच्या स्वातंत्र्यसमराला अधिक जुळून येतो. ६ जून ५७ रोजी करण्याचा उठाव १० मे रोजीच स्फोट होऊन बिनसला. भारताने युद्ध जिंकणे हे नियतीला मान्य नव्हते. पण नियती कोण अन् कशी बदलणार?

□

“

१९.

झाशीच्या राणीच्या शौर्याचा नेमका उल्लेख

”

भारताच्या इतिहासातील आतापर्यंतच्या सर्व स्वातंत्र्यलढ्यातील लहान-मोठ्या चकमकी, लढाया यांचा विचार केला, तर एक गोष्ट प्रकर्षाने लक्षात येते ती अशी, की या सर्व घटनांमध्ये अत्यंत तेजस्वी आणि देदीप्यमान रत्न होते झाशीची राणी लक्ष्मीबाई. जेमतेम पंचविशीच्या आतबाहेर असेल. इतक्याच अत्यंत तोकड्या आयुष्यात तिने दाखविलेल्या अतुलनीय शौर्याने, धैर्याने, कर्तबगारीने आणि समंजस देशभक्तीने केवळ आम्ही भारतीयच प्रभावित होतो असे नाही. तिचे त्या काळातील कट्टर शत्रू-देखील तिच्यासमोर आदराने नतमस्तक होतात. झाशीच्या किल्ल्याला वेढा घालून किल्ला सर करणारा इंग्रज सेनानी सर ह्यू रोज (Sir Hughes Rose) याने आपल्या आठवणीत (Memoris of Sepoys Mutinee १८५७) लिहून ठेवले आहे.

“.... बंडवाल्यांपैकी सर्वोत्तम आणि अत्यंत शूर व्यक्ती आज कामी आली, १७ जून १८५८...”

झाशीच्या किल्ल्याला वेढा घालून कित्येक दिवस लोटले. परंतु आमने-सामने लढाईत यश लाभत नाही याची खात्री पटल्यावर इंग्रज सेनानी सर ह्यू रोज याने फंदफितुरीचा डाव टाकला. किल्ल्याचा बोरछा दरवाजा दगलबाजीने उघडा ठेवण्यात आला. इंग्रज सैन्याला विनासायास किल्ल्यात प्रवेश मिळाला. “मेरी झांशी नहीं दूँगी” म्हणून राणी लक्ष्मीबाईने २३ मे १८५७पासून अकरा दिवस अहोरात्र निकराने झुंज दिली होती. आता मात्र किल्ला कोणत्याही क्षणी इंग्रजांच्या ताब्यात जाऊ

शकणार होता. नानासाहेब पेशव्यांचा पुतण्या रावसाहेब पेशवा फौज घेऊन काल्पीपर्यंत येऊन पोहोचला होता. आता यापुढे त्याची मदत पोहोचेपर्यंत थांबणे शक्य नव्हते. प्रधानमंत्री लक्ष्मणराव बांडे आणि इतर मंत्र्यांनी राणीला ताबडतोब किल्ला सोडून काल्पीकडे कूच करावे म्हणून गळ घातली.

राणीने नेहमीप्रमाणे पुरुषाचा वेश परिधान केला. खमीस, तमामी पायजमा, अंगावर जाळीदार चिलखत, डोईवर मंदील अन् त्यावर शिरपेच, कमरेला दुशेल्यात आपली आवडती रत्नजडित तलवार आणि जंबिया खोचला. दत्तक युवराजाला पाठीशी घट्ट बांधून घेतले आणि घोड्यावर मांड घेतली. विश्वासू दासी आणि पंधरा निवडक स्वारांसह राणी किल्ल्यातून बाहेर पडली. इंग्रजांचा वेढा तोडून राणी काल्पीच्या दिशेने वेगाने दौडत निघाली. तेथे रावसाहेब पेशव्यांना जाऊन मिळावे अशी कल्पना होती. मैलोगणती दौड झाल्यानंतर थोडा विसावा म्हणून राणी विश्रांतीसाठी नदीच्या तीरावर थांबली. तोच दुरून धुळीचे लोट उठताना दिसले. पाठलागावर इंग्रज घोडेस्वार असणार यात शंकाच नव्हती. लेफ्टनंट बौकर आपल्या घोडदळासहित पाठलाग करीत आला होता. त्याने राणीला पाहताच आपल्या घोडदळाचे तीन भाग केले आणि समोर नदी आडवी असा राणीला चोहो बाजूंनी घेरण्याचा व्यूह रचला. डाव्या-उजव्या बाजूने घोडेस्वार पुढे सरकत असताना बौकरने मधल्या भागाचे नेतृत्व करीत सरळ राणीवर चाल केली. राणी घोड्यावर आरूढ होतानाच त्याने राणीच्या घोड्याचा लगाम पकडला. घोड्यावर मांड अर्धवटच घेतलेल्या अवस्थेत राणीने तलवार उपसली आणि बौकरवर वार केला. अतिशय चपळाईने बौकर मागे सरकला. पण वार त्याच्या खांद्याला अन् छातीला चाटून गेला. त्याच्या हातून लगाम सुटला. राणीने तक्षणीच घोडा वळविला आणि सरळ नदीच्या दिशेने दौड घेतली. नदीत उतरताना मात्र घोड्याचा वेग थोडा कमी करणे भाग होते. पण तेवढ्यात बौकर येऊन भिडलाच. राणी अतिशय वेगाने मागे वळली आणि काय होते आहे हे कळायच्या आतच लेफ्टनंट बौकरच्या मस्तकाची दोन शकले होऊन बौकर धरणीवर कोसळला. त्याच वेगाने राणीने डावी-उजवीकडून आलेल्या स्वारांना आसमान दाखविले अन् वेगाने नदी पार केली. मागे वळून पाहते तो इंग्रज स्वारांनी विश्वासू दासीला ठार केले होते. आता मागे वळून परत नदी पार करून त्याचा सूड घेणे धोक्याचे होते. येऊन मिळालेल्या स्वारांसमवेत राणी वेगाने दौडत काल्पीच्या दिशेने निघाली. जवळपास तीनशे वर्षे अगोदर नॉस्त्रादेमसने हा सर्व प्रकार जणू आपल्या डोळ्यांदेखत घडत आहे इतक्या स्पष्टपणे त्याचे बारकावे अचूकपणे शब्दांकित केले आहेत. पहिल्या शतकातील शहऐंशी क्रमांकाची चतुष्पदी सांगते –

"...आपण घेरले गेलो आहोत हे त्या थोर राणीच्या लक्षात येईल...

... पुरुषालाही लाजवील असे धैर्य दाखवील...
... पुरुषवेशधारी 'ती' नदी ओलांडून जाईल...
... तलवारी तिचा पाठलाग करतील..."

नॉस्त्रादेमसच्या शब्दांकनातील बारकाव्यांचे अचूकपणाबद्दल राहून राहून विस्मय वाटतो. कोणती सिद्धी त्याला प्राप्त झाली असेल? की ती प्राप्त होणे ही त्याची स्वत:ची नियती?

(श्रीमती एरिका चिथम आणि इतर पाश्चात्त्य लेखकांनी मात्र ही चतुष्पदी मेरी क्वीन ऑफ स्कॉटस् १५५८ हिच्या संदर्भात आहे असे म्हटले आहे. पण ते एक महत्त्वाचा बारकावा विसरतात की पुरुषवेश परिधान करणारी राणी लक्ष्मीबाई ही एकमेव स्त्री आहे. मेरीने कधीच पुरुषवेश परिधान केला नव्हता.)

□

२०.

खंगलेला, निराश वृद्ध सम्राट देशोधडीला लागेल

" "

अखंड भारताचा शेवटचा बादशहा मोगल सम्राट सिराजउद्दीन बहादुरशाह अबुजफर (१७७५-१८६२) एक असामान्य व्यक्तिमत्त्व होते. स्वत:च्या वयाची ब्याऐंशी वर्षे उलटून गेली असतानादेखील हातात तलवार, परजीत घोड्यावर मांड टाकून स्वातंत्र्यसमरात हिंदी शिपायांचे नेतृत्व करणाऱ्या युवावृद्ध बादशहाची तडफ पाहून मन थक्क होते.

वृत्तीने काहीसा विरक्त आणि प्रवृत्तीने सूफी (संन्यस्त ईश्वरोपासक) असलेल्या बादशहाचा 'उत्कृष्ट तलवार बहाद्दर आणि निष्णात अश्वारोहणपटू' म्हणून फार मोठा लौकिक होता. स्वभावाने शांत, काहीसा उदास आणि सदाचरणी असलेल्या बादशहाच्या नशिबाचे फासे मात्र सतत उलटेच पडत गेले. त्याचे आजोबा बादशहा आलम सानी (दुसरा) यांचे कारकीर्दीतच इंग्रजांनी आपले पाश आवळत आणले होते. त्याची सत्ता लाल किल्ल्यापासून जेमतेम दहा मैलांच्या परिसरात पालम (हल्लीचा नव्या दिल्लीतील विमानतळ) पर्यंतच चालत असे. तत्कालीन दिल्लीचे नागरिक शायरीचे मोठेच शौकीन होते. ते सहज बोलून जात –

सल्तनत-ए-शाहे आलम
अज दिल्ली ता पालम।

... अहो या शहा आलमची सत्ता चालते तरी कुठपर्यंत?...
... या दिल्लीच्या लाल किल्ल्यापासून फार तर पालमपर्यंत...

बहादुरशाहच्या वडिलांच्या कारकीर्दीत बादशहा अकबर 'सानी' (दुसरा) याचे कारकीर्दीत तर त्याची सत्ता फार तर लाल किल्ल्याच्या आसपासच चालत असे. पालमदेखील आवाक्याबाहेरच होते. बहादुरशाह अबुजफर हा थोरला राजपुत्र, परंतु शाही कुटुंबातील सतत चालणाऱ्या कारस्थानांमुळे धाकटा राजपुत्र मिर्जा जहांगीर याला वली अहद (युवराज) म्हणून घोषित केले. बारा-तेरा वर्षांच्या कोवळ्या बहादुर शाहने तक्रार नोंदविली तेव्हा बादशहा अकबर 'सानी'ने 'हा माझा मुलगा नाहीच', म्हणून घोषित केले. बिचाऱ्या बहादुरशहावर आभाळच कोसळले. तो दुःख विसरण्यासाठी तत्त्वज्ञान आणि शायरीत मन रमवू लागला. पुढे मिर्जा जहांगीर अतिमद्यपानामुळे अकाली निधन पावला. आणि बहादुरशहाला गादी मिळाली. परंतु गादीवर बसताना इंग्रजांनी बजावले, 'तू नाममात्र बादशहा... सत्ता मात्र आमचीच असेल...'

इंग्रजांनी नेमून दिलेल्या तनख्यावर बहादुरशाह 'जफर' आल्यागेल्यांचे स्वागत करून सढळ हाताने देणग्या देत असे. पण सर्वत्र फितुरी, लाचलुचपत आणि व्यसनीपणा बोकाळला होता. वजीर मुगलबेगने दगाबाजी करून खजिना लुटला. बादशहाने कपाळाला हात लावला. त्यातून सावरतो-न सावरतो तोच थोरला राजपुत्र दाराबख्त अतिशय आजारी पडला अन त्याला स्मृतिभ्रंश झाला. दुसरा राजपुत्र शहारुख अत्यंत कर्तबगार, परंतु अकाली निधन पावला. (१८४७) तिसरा राजपुत्र मिर्जा फकरू याला विषप्रयोग होऊन तोही मरण पावला (१८५६). बादशहा दुर्दैवाचे दशावतार हताशपणे बघत राहिला. सांगणार तरी कुणाला?

भरी है दिलमें जो हसरत कहूँ तो किससे कहूँ
सुने ये कौन मुसीबत कहूँ तो किससे कहूँ ।

"... हृदयात अनेक अपूर्ण इच्छा (हसरत) आहेत... पण सांगायच्या तरी कुणाला?... अन् हे सारं दुर्दैव (मुसीबत शब्दशः संकट) ऐकणार तरी कोण? अन् कशाला?"

किसीको देखें तो अपना नहीं हकीकतमें
'जफर' ये अपनी हकीकत कहूँ तो किससे कहूँ?

"... कुणाकडे आशेनं बघावं तो आपला खरा मित्र नसतोच... दगाबाजच... मग आता हे मनातलं दुःख सांगायचं तरी कुणाला?"

स्वातंत्र्यसमराची धामधूम सुरू झाली. मीरतहून आलेल्या हिंदी शिपायांनी विद्रोह करून (१० मे १८५७) इंग्रज अधिकाऱ्यांना ठार मारले आणि 'चलो दिल्ली' ही घोषणा केली. दिल्लीत साऱ्या इंग्रजांना ठार करून दिल्लीवर कब्जा केला (११ मे १८५७). काही दिवसांनी इंग्रज लष्कर चालून आले आणि हिंदी

सैन्याचा पराभव झाला. धाकटे दोन राजपुत्र मिर्जा मुगल आणि मिर्जा खिज्र हे हुमायूनच्या मकबऱ्यात लपून बसले होते. पण उमराव इलाहीबक्षने दगलबाजी करून त्यांना पकडून दिले. दिल्लीकरांना जरब बसावी म्हणून इंग्रजांनी या दोन राजपुत्रांना फेरोजशाह कोटला वेशीवर सर्वांसमक्ष कत्तल केले. म्हणून आजही त्या सुप्रसिद्ध फेरोजशहा कोटला क्रिकेट मैदानासमोरील वेशीला 'खूनी गेट' म्हणून संबोधले जाते. ११ ऑक्टोबर १८५९ रोजी पराभूत बादशहा बहादुरशाह 'जफर' याला रंगून येथे हद्दपार करण्यात आले. सकाळी नाश्ता घेऊन येणारा इंग्रज मेजर हडसन याने अत्यंत कुत्सित स्वरात म्हटले, "बादशाह सलामत (ईस्ट इंडिया) कंपनीने तुमचा तनखा बंद केलाय... त्यासाठी (नुकसान भरपाई म्हणून) तुम्हाला नजराणा पाठवलाय..." तबकावरील रुमाल दूर केला तर नाश्त्याच्या दोन्ही बाजूंना दोन धाकट्या राजपुत्रांची धडावेगळी केलेली मस्तके तबकात मांडून ठेवली होती. बादशहा थिजल्या डोळ्यांनी पाहत राहिला. तेव्हा मेजर हडसन हलकटपणे उद्गारला, "....बादशहा सलामत, तुमचे अश्रू देखील संपलेयत काय?... फारच हालाखीची स्थिती आहे म्हणायची..."

वृद्ध बादशाह जराही विचलित न होता म्हणाला, "अजाण मुला, बादशाह कधी रडत नसतो... परंतु तुझ्यासारख्याला हे कळणार तरी कसं? त्यासाठी राजकुलात जन्म घ्यावा लागतो अथवा बादशाहच्या सहवासात असावं लागतं... तू तर सामान्य शिपायाची नौकरी करणारा... तुझी चूक नाहीय..."

बेगम झीनत महललादेखील बादशहासमवेत जाऊ देण्यात आले नाही. रंगून येथील कारागृहात एकाकी अवस्थेत दिवस कंठणारा बादशहा ७ नोव्हेंबर १८६२ रोजी जन्नत नशीन (स्वर्गवासी) झाला.

प-ए-फातेहा कोई आए क्यौं?
कोई शमअ लाके जलाए क्यौं?
कोई चार फूल चढाए क्यौं?
मैं वो बेकसी का मज़ार हूँ।

"... मृत्यूनंतर माझ्या कबरीवर (ईश्वर मृतात्म्यास शांती देवो म्हणून प्रार्थना करायला) कुणी कशाला म्हणून येईल? कुणी प्रेमानं दिवा आणून लावील तरी कशाला? किंवा आदरानं चार फुलं तरी कशाला आणून वाहील?... अहो एक पूर्णपणे उपेक्षित थडगं म्हणजे मी..."

आणि राहून राहून विस्मय वाटतो तो याच गोष्टीचा की तीनशे वर्षे पूर्वीच नॉस्त्रादेमसने हे सर्व जवळून पाहिल्यागत बारकाव्यांसह लिहून ठेवले आहे. चौथ्या शतकातील पासष्टावी चतुष्पदी पाहा –

"... तो नेता अतिप्रतिष्ठेचा भव्य किल्ला सोडून जाईल...
... त्याचे विरोधक भयानक सामर्थ्याचे (क्रौर्याचे) प्रदर्शन करतील...
... खंगलेला निराश वृद्ध सम्राट देशोधडीला लागेल...
... दूर कुठेतरी उपेक्षित अवस्थेत मरण पावेल..."

कसं कळलं असेल नॉस्त्राडेमसला हे सारं?

□

“

२१.

नेताजींच्या कर्तृत्वाचाही सविस्तर उल्लेख

”

दुसऱ्या महायुद्धाच्या प्रारंभीच्या काळात जर्मनी-इटलीच्या युतीने नेत्रदीपक विजय मिळविले. बलाढ्य मानल्या जाणाऱ्या फ्रान्सचा अवघ्या आठ दिवसांत पाडाव झाला आणि इंग्लंड अत्यंत अडचणीत सापडले होते. आपल्यावर सत्ता गाजविणारे इंग्रज असे खिंडीत सापडले असताना त्या परिस्थितीचा मिळेल तितका फायदा उठविलाच पाहिजे, याबद्दल भारतीय नेत्यांमध्ये एकमत होते. परंतु त्यासाठी महायुद्धाबाबत भारताने काय निश्चित भूमिका घ्यावी याबद्दल मात्र एकमत होत नव्हते.

इंग्लंड-फ्रान्स वगैरे दोस्त राष्ट्रांचा साम्राज्यवाद-वसाहतवाद मुळापासून उपटून काढला पाहिजे याबद्दल पंडित जवाहरलालजींची आग्रही भूमिका होती. जर्मनी-इटलीच्या नाझी-फॅसिस्ट तत्त्वज्ञानाला मानवेंद्र रॉय प्रभृतींचा सक्त विरोध होता. इंग्रजांच्या शत्रूसमवेतदेखील हातमिळवणी करणे शक्य नव्हते. साहजिकच 'शत्रूचा शत्रू तो आपला मित्र' हे समीकरण या परिस्थितीत लागू पडत नव्हते आणि त्यातच भर म्हणून की काय भारताचे तत्कालीन व्हाइसरॉय लॉर्ड लिनलिथगो यांनी कुणाही भारतीय नेत्याला विश्वासात न घेता 'इंग्लंड-फ्रान्ससमवेत भारतही युद्धात सक्रिय सहभाग घेईल,' अशी एकतर्फी घोषणा केली. वातावरण तापले. नेत्यांची धरपकड सुरू झाली. महात्मा गांधी आणि सुभाषचंद्र बोस यांचे मतभेद अधिकच तीव्र झाले. महात्माजीप्रणीत असहकाराने आणि अहिंसेने स्वातंत्र्य मिळणार नाही. त्यासाठी सशस्त्र क्रांती हा एकच मार्ग आहे, असे सुभाषबाबूंचे मत होते. महात्माजींइतकीच लोकप्रियता लाभलेल्या सुभाषचंद्र बोसना इंग्रजांनी जुलै १९४०मध्ये भारत संरक्षण कायद्याखाली तुरुंगात डांबले (अद्याप त्यांना

'नेताजी' ही उपाधी लावण्यात येत नव्हती.) स्वाभाविकच त्यांच्या 'फॉरवर्ड ब्लॉक' या गुप्तपणे सक्रिय असलेल्या पक्षाच्या हालचालींना खीळ बसली. परंतु तुरुंगातून मुक्त झाल्याशिवाय काहीच करणे शक्य नव्हते. शेवटी नेताजींनी बंगालच्या तत्कालीन राज्यपालांना पत्र लिहून आपण आमरण उपोषणाचा निर्णय घेतल्याचे कळविले.

"... या बेकायदेशीरपणाचा आणि अन्यायाचा मला अगदी उबग आला आहे. मुक्तता किंवा प्राणत्याग हे दोनच पर्याय उरले आहेत. पहिला पर्याय मला उपलब्ध नाही. त्यामुळे मी दुसरा स्वीकारीत आहे... हुतात्म्यांच्या रक्तावरच यशोमंदिरे उभारली जातात याची मला पूर्ण कल्पना आहे. हुतात्मा नष्ट होतो, परंतु त्याचे विचार, त्याची ध्येयमंदिरे कधीच नष्ट होत नाहीत... मी गेलो तरी माझे विचार, माझी ध्येये मनात बाळगणारे हजारो भारतीय निर्माण होतीलच... आणि माझ्या मरणाने जर देश स्वतंत्र होत असेल तर त्यासाठी मी आनंदाने तयार आहे..."

युवक पिढीत असामान्य लोकप्रियता असलेल्या नेताजींच्या जिवाच जर काही बरेवाईट झाले तर आगीचा केवढा डोंब असळेल याची इंग्रज शासनाला पुरेपूर कल्पना होती. त्यांनी सुभाषचंद्र बोस यांची प्रकृती बिघडल्याचे वृत्त प्रसिद्ध करून नेताजींना मुक्त केले. परंतु त्यांच्या राहत्या घरीच त्यांना सक्त नजरकैदेत ठेवले. त्यांच्या प्रत्येक हालचालीवर पाळत ठेवली जात होती. अशा अवस्थेत काही दिवस गेले आणि एक दिवस अचानक वार्ता आली, "सुभाषचंद्र बोस नजरकैदेतून निसटले. फरारी झाले."

नेताजी नजरकैदेतून कसे सटकले हे गूढ अद्यापि उकललेले नाही. फक्त इतकीच माहिती उपलब्ध आहे की त्यांनी पठाणाचा वेश घेऊन झियाउद्दीन हे नाव धारण केले आणि दोन सहकाऱ्यांच्या मदतीने अफगाणिस्तानात प्रवेश केला. त्यांना पुश्तू (पठाणांची मातृभाषा)भाषा अवगत नव्हती म्हणून त्यांनी मुक्या-बहिऱ्याचे सोंग वठविले. अफगाणिस्तानातून रशिया-मॉस्कोमार्गे ते जर्मनीत पोहोचले. हिटलरसमवेत वाटाघाटी करून पाणबुडीने जपानमध्ये जाऊन पोहोचले. जपानने पर्लहार्बरवर हल्ला करून महायुद्धातील आशियाई आघाडी उघडली होती. मलेशिया, सिंगापूर, अंदमान-निकोबार वगैरे प्रदेश ताब्यात घेतला होता.

रासबिहारी बोस १९२४ मध्येच परागंदा होऊन जपानमध्ये स्थायिक झाले होते. त्यांच्या हिंदी स्वराज्य संघाच्या मलेशिया, बँकॉक, सिंगापूर, शांघाय, हाँगकाँग वगैरे शाखांतून साडेसात लक्ष सहकारी होते. त्यांनी नेताजींना सिंगापूर येथे बोलावून मलेशियात पाडाव झालेल्या इंग्रजांच्या सेनेतील सर्व जवान गोळा केले होते. त्यांच्या साहाय्याने 'आझाद हिंद फौजे'ची निर्मिती केली आणि सुभाषचंद्र 'नेताजी' बनले. सिंगापूर येथील 'कॅथे' या इमारतीतील सभेत नेताजींनी २१ ऑक्टोबर १९४३ रोजी हिंदी स्वातंत्र्याची घोषणा केली आणि 'अर्झी हुकूमत-ए-आजाद हिंद' या अस्थायी हिंदी शासनाची स्थापना केली. जपानने अंदमान आणि निकोबार ही दोन्ही बेटे या नव्या शासनाच्या स्वाधीन केली. त्यांची नावे अनुक्रमे 'शहीद' बेट आणि 'स्वराज्य' बेट अशी

ठेवण्यात आली. जनरल टोजो या जपानी युद्धप्रमुखासमवेत विचारविनिमय करून नेताजींनी भारताच्या ईशान्य सरहद्दीवर आक्रमण करून 'मौजेक' ठाणे जिंकले आणि तेथे भारतीय हद्दीत 'तिरंगा' फडकविला.

नेताजींनी आपल्या सेनेला मीरतच्या हिंदी पलटणीची आठवण म्हणून तीच घोषणा दिली होती, 'चलो दिल्ली' आणि आपसांत अभिवादनासाठी 'जय हिंद'.

जपानचे विमानदल अमेरिकेसमवेत युद्धात गुंतले आणि आझाद हिंदसेनेची प्रगती इंफाळपासून चाळीस मैलांवर असताना खुंटली. या मोहिमेत पाच हजार हिंदी सैनिक कामी आले.

हा सारा इतिहास अद्याप पूर्णपणे बाहेर आला नाही,परंतु द्रष्टा नॉस्त्रादेमस मात्र सर्व काही माहीत असल्याप्रमाणे सांगतो. पहिल्या शतकातील अठ्ठ्याण्णव क्रमांकाची चतुष्पदी पहा–

"... थोर नेता देशाबाहेर हजारो अनुयायी गोळा करील...
... त्यांना वेगळीच भाषा, वेगळेच शिक्षण देईल....
... पाणबुडीतून गुप्तपणे प्रवास करील...
... अनोळखी मुलखात पाच हजार लोक प्राणत्याग करतील..."

(पाश्चात्त्य लेखकाच्या मते 'नेपोलिअन क्रीट, थेसेले बेटांजवळून इंग्रज नौदलाला डावलून पळाला. मागे सुमारे पाच हजार सैनिक राहिले अन् तो फ्रान्सच्या किनाऱ्यावर उतरला (१७९८) याचे हे वर्णन असावे.' पण नेपोलिअनच्या काळात धातूच्या पाणबुड्या नव्हत्या आणि लाकडी गलबते पाण्याखालून प्रवास करू शकत नाहीत. श्रीमती एरिका चिथम यांनादेखील हा संदर्भ मान्य नाही. पण त्यांना नेताजींचा इतिहासही ज्ञात नाही.)

'भारताच्या स्वातंत्र्याची घोषणा होईल, पण....'

जर्मनवंशीय स्विस भविष्यवेत्ता डेव्हिड डेव्हिसन याने १९२४मध्ये 'प्रोफेसीज ऑफ द पिरॅमिड्स'(पिरॅमिड्सची भविष्यवाणी) नावाचा ग्रंथ प्रकाशित केला. पिरॅमिडमधील विविध कक्षांतील भिंतींवर चित्रलिपीत (हीरोग्लीफस्) बऱ्याच घटनांचे भविष्यकथन केलेले आहे. हे भविष्यकथन आणि त्याच घटनेचे साम्य नॉस्त्रादेमसच्या कोणत्या तरी चतुष्पदीत आढळल्यास ती गोष्ट 'अटळ नियती' आहे, असे प्रतिपादन डेव्हिडसन याने केले. डेव्हिडसनच्या या ग्रंथाचा त्या काळात बराच बोलबोला झाला होता. या ग्रंथातील इतर भविष्यकथनासमवेत त्याने भारताचे स्वातंत्र्य आणि फाळणी (१९४७), पाकिस्तानची निर्मिती (१९४७) आणि त्यानंतर फाळणी (१९७१ - पाकिस्तान आणि बांगला देश) हेही स्पष्टपणे नमूद केले आहे.

सुदानचा प्रख्यात भविष्यवेत्ता अल मेहंदी हा सूफी (विरक्त ईश्वरोपासक) पंथाचा अनुयायी होता. त्यानेही वरील गोष्टींचे भाकीत केले आहे. इतकेच नव्हे, तर 'एक दिवस इजिप्त आणि पॅलेस्टाईन यांच्या दरम्यान गुप्तपणे मैत्रीचा करार केला

जाईल', असे विधान केले आहे आणि 'या करारानुसार दोघे मिळून इस्त्राईलविरुद्ध उठाव करतील', असे भाकीत केले आहे.

नॉस्त्रादेमसला गुरुस्थानी मानणाऱ्या अमेरिकन भविष्यवेत्त्या श्रीमती जीन डिक्सन यांची भारतीय स्वातंत्र्याच्या संदर्भात एक विलक्षण 'भाकीत-निवेदन' कथा त्या काळात जगभरातील वर्तमानपत्रांत गाजली होती (१९४४-४५). स्वातंत्र्यपूर्वकालीन अखंड भारतात अनेक नेते होते. त्यांपैकी साधारणत: दुसऱ्या फळीत मोडणारे सर सिकंदर हयातखान यांचे नाव अनेकदा वर्तमानपत्रांतून झळकत असे. १९४२ची 'भारत छोडो' चळवळ भरात आल्यानंतर १९४३मध्ये सर सिकंदर हयातखान इंग्रज सरकारची नजर चुकवून अमेरिकेत सटकले. अमेरिकेतील वास्तव्यात त्यांची श्रीमती जीन डिक्सन यांची भेट झाली. भविष्यकथन आणि ज्योतिषशास्त्रावर मुळीच विश्वास नसलेले सर सिकंदर हयातखान त्यांना म्हणाले. "मला स्वत:बद्दल काहीही जाणून घेण्याची इच्छा नाहीय... अन् मी तुम्हाला त्याबद्दल काही विचारणारही नाहीय... परंतु तुमच्यात नॉस्त्रादेमसप्रमाणेच काही अतींद्रिय शक्ती आहेत, असे सांगण्यात आलंय् म्हणून केवळ एकच प्रश्न विचारू इच्छितो... माझ्या प्रिय देशाला स्वातंत्र्य केव्हा मिळणार आहे?" जीन डिक्सन यांनी काही क्षणांतच सांगितले, "तुमच्या देशाला आजपासून चार वर्षांनी म्हणजे १९४७ साली स्वातंत्र्य मिळेल .....त्याची औपचारिक घोषणा २० फेब्रुवारी १९४७ रोजी केली जाईल. मात्र त्याबरोबर हेही लक्षात ठेवा.... ज्या देशाला स्वातंत्र्य मिळावे म्हणून तुम्ही इतके आतुर झाला आहात, त्या देशाचेच तुम्ही कट्टर शत्रू बनाल...."

डिक्सन बाईंच्या एकंदर सांगण्यावर त्यांचा मुळीच विश्वास बसला नाही. दिवस भराभर सरत गेले आणि डिक्सन बाईंनी सांगितलेला दिवस उजाडला. सर सिकंदर हयातखान यांनी बाईंना फोन लावला, "तुम्ही सांगितलेला दिवस उजाडलाय.... पण कोणतीही घोषणा अद्याप झाली नाहीय...." श्रीमती डिक्सनहसून उत्तरल्या, "सर साहेब, बरेच तास अद्याप शिल्लक आहेत... आणि इंग्लंडमधील दिवस अद्याप सुरू व्हायचाय.... तेव्हा थांबा आणि पाहा...."

आणि खरोखरच काही तासांनी ब्रिटिश पंतप्रधान क्लेमंट ॲटली यांनी भारताला स्वतंत्र करण्यात येणार असल्याची घोषणा पार्लमेंटमध्ये केली. त्यानंतर सुमारे सहा-सात महिन्यांनी भारताला स्वातंत्र मिळाले. परंतु भारताची फाळणी झाली आणि पाकिस्तान भारतातून फुटून स्वतंत्र देश बनला. सर सिकंदर हयातखान पाकिस्तानात गेले आणि भारताचे कट्टर शत्रू बनले.

ही सर्व भाकीते नॉस्त्रादेमसने आधीच सांगितली होती. त्याला गुरू मानणाऱ्या या भविष्यवेत्त्यांनी त्याच्या भविष्यवाणीचा आधार घेतच तिला दुजोरा दिला आहे.

याचा निष्कर्ष एकच : नियती अटळ असते, हेच खरे!

□

“

”

२२.

वांशिक मतभेदांमुळे जुनी दुखणी उचल खातील

‘वांशिक मतभेदांमुळे पुन्हा एकदा मानवजातीची जुनी दुखणी उचल खातील. वर्णविद्वेष आणि वांशिक कटकटी सर्वत्र उफाळून येतील. (विसाव्या शतकाच्या शेवटच्या दशकात ही सारी लक्षणे दृग्गोचर होऊ लागली होती.) एकविसाव्या शतकात प्रवेश करताना ती कमी न होता वाढतच जातील आणि त्याचा परिपाक म्हणजे संयुक्त राष्ट्रसंघासारखी (UNO) उच्च ध्येयाने प्रेरित असलेली संघटना मोडीत काढली जाईल. राक्षसी महत्त्वाकांक्षेने झपाटलेली अरब-चीन युती संयुक्त राष्ट्रसंघाच्या साऱ्याच कार्याला खीळ घालील...’ नॉस्त्रादेमसने त्याबद्दल स्पष्ट मत चारशे वर्षांपूर्वीच नोंदविले आहे.

चीनच्या राजकीय नीतिमत्तेचा अनुभव भारतालाही काही नवीन नाही. भारताला स्वातंत्र्य मिळाल्यानंतर दोन वर्षांतच प्रजासत्ताक लोकशाहीची स्थापना झाली आणि ‘जगातील सर्वात मोठी लोकशाही’ असा गौरव भारताला प्राप्त झाला. लोकशाहीचे धुरीण आणि जागतिक शांततेचे दूत म्हणून त्या काळात पंडित जवाहरलालजींचा मोठाच गाजावाजा झाला होता. ‘पंचशील’ वगैरे अत्यंत उच्च ध्येयवादी कल्पनांचा उदोउदो करण्यात आला आणि या सर्वांत नेहरूचाचांच्या समवेत असलेला महान शेजारी चीन काहीही कल्पना नसताना एकाएकी भारताविरुद्ध उठला. ज्या चीनच्या युनोतील प्रवेशाबद्दल भारताने सतत आग्रह धरला तोच चीन भारताची भूमी बळकावून भारताविरुद्ध युद्धाला उभा ठाकला. हिंदी-चिनी भाई-भाई वगैरे घोषणा देणारे मूर्खांच्या नंदनवनाचे रहिवासी असल्याचे सिद्ध झाले.

साऱ्या जगाचे भले चिंतणाऱ्या आणि जीवनातील साऱ्या उत्तमोत्तम गोष्टींवर मनापासून प्रेम करणाऱ्या नेहरूचाचांना हा विश्वासघाताचा धक्का सहन झाला नाही. ते खचत गेले आणि भारत-चीन युद्धानंतर दोन-तीन वर्षांतच त्यांनी इहलोकची यात्रा संपविली हा इतिहास आहे.

नॉस्त्रादेमसने चारशे वर्षांपूर्वीच एका चतुष्पदीत याचे कथन केले आहे. पाचव्या शतकातील एकतिसाव्या क्रमांकाची चतुष्पदी सांगते--

"... साऱ्या जगाचा माळा शोभेल अशी उच्चतम भूमी...
... तिच्या ज्ञानाचा स्त्रोत असलेली महान लोकशाही...
... शांतीदूताची मात्र वाताहत होईल... दुःखद शेवट...
... त्याची प्रतिष्ठा लाटांच्या पायदळी तुडविली जाईल..."

पहिल्या ओळीतील 'माळा' म्हणजे गच्ची (Attic) म्हणजे तिबेट. या तिबेटच्या स्वातंत्र्यावरून भारताचे आणि चीनचे मतभेद झाले आणि चीनने पंचशील वगैरे सर्व तत्त्वे पायदळी तुडवून तिबेट गिळंकृत केला. दुसऱ्या ओळीतील 'ज्ञानाचा स्त्रोत' म्हणजे भारत. येथूनच सारे ऋषी-मुनी जपजाप्य, तपोसाधना करण्यासाठी तिबेटात जाऊन वास्तव्य करीत. गुलाब आणि गुलाबाचे फूल हा संकेत लोकशाहीचा निदर्शक म्हणून नॉस्त्रादेमसने अनेक ठिकाणी वापरला आहे. त्या व्यतिरिक्त नेहरूचाचा देखील अत्यंत आवडीने सतत गुलाबाचे फूल कोटाला खोचून ठेवीत असत. तिसऱ्या ओळीतील 'शांतीदूत' हा शब्द पंडित जवाहरलालजींकडेच अंगुलीनिर्देश करतो हे सांगण्याची आवश्यकता नाही.

भारत-चीन युद्धामुळे त्यांनी पुरस्कृत केलेल्या मैत्रीच्या आणि सहकार्याच्या साऱ्या कल्पना पायदळी तुडविल्या गेल्या. म्हटले तर त्यांच्या आंतरराष्ट्रीय मुत्सद्देगिरीलाच तो फार मोठा धक्का होता आणि त्यांची अप्रतिष्ठा झाली.

चौथ्या ओळीतील 'लाटा' हा संकेताचा शब्द वयाची साठी ओलांडून गेलेल्या बुजुर्ग जाणकारांना समजण्यात अडचण येणार नाही. भारत-चीन युद्धाच्या वेळी वर्तमानपत्रात येणारी चिनी सैन्याच्या आक्रमणाची वर्णने नेहमीच अशा शब्दांत असत. "चिनी सैन्य सागराच्या लाटांप्रमाणे हिमालयातील हिंदी ठाण्यांवर येऊन आदळत होते. त्यात हिंदी सेनेची ठाणी पाहता पाहता केव्हाच वाहून गेली..."

नॉस्त्रादेमसने चारशे वर्षांपूर्वी नेमका 'लाटा' हाच शब्द योजला आणि त्यांत शांतीदूताची प्रतिष्ठा वाहून गेली, असे अत्यंत हृदयस्पर्शी वर्णन केले आहे...

धन्य तो नॉस्त्रादेमस आणि त्याची दिव्य दृष्टी.

□

“

२३.

गरीब देशात एक युवती शांतता-सुव्यवस्था आणेल

”

भारताचे पहिले पंतप्रधान पंडित जवाहरलाल नेहरू हे भारतीय जनतेचे लाडके व्यक्तिमत्त्व होते. दीर्घकालीन कारकीर्दीत त्यांना अनेक वेळा परदेश दौऱ्यावर जावे लागले. तो काळ पाहिलेल्या बुजुर्गांना आठवतच असेल की पंडितजी दौऱ्यावर जाताना आपली एकुलती एक कन्या प्रियदर्शिनी इंदिरा हिला आपल्यासमवेत घेऊन जात आणि पंडितजी हयात असेपर्यंत 'पंडितजींची लाडकी कन्या' इतकाच तिचा परिचय सर्वसामान्य जनतेला होता. तिची बुद्धिमत्ता, राजकारणातील जाण, संघटन कौशल्य आणि कामाचा आवाका याची कुणालाही कल्पना नव्हती.

पंडितजींच्या महानिर्वाणानंतर इंदिराजी प्रथमच राजकरणात उतरल्या. त्यांना प्रथमत: शिक्षण खाते, नंतर माहिती प्रसारण खाते वगैरे (भारतीय राजकारणात अत्यंत नगण्य आणि बिनमहत्त्वाच्या मानल्या जाणाऱ्या) खात्याचे मंत्रिपद देण्यात आले. (आणि याच दोन खात्यांच्या कार्यवाहीवर भारताचे भवितव्य अवलंबून आहे याची आजही फार थोड्या नेत्यांना जाणीव आहे.) पंडितजी किंवा लालबहादुर शास्त्री यांच्याप्रमाणेच त्याही तोलामोलाच्या किंबहुना काकणभर सरसच पंतप्रधान होऊ शकतील याची कल्पना कुणालाही नव्हती. पंडितजींसमवेत सावलीप्रमाणे असणारे एक मोहक व्यक्तिमत्त्व इतकीच त्यांची जनमानसातील प्रतिमा होती.

या दोन्ही महान पंतप्रधानांच्या पावलावर पाऊल ठेवत त्यांनी भारतातील गरीब, भूमिहीन लोकांसाठी अनेक योजना राबविल्या. त्यांच्या कल्याणासाठी झटत राहिल्या. त्याबाबत त्यांचे कट्टर विरोधकही त्यांच्याबद्दल गौरवोद्गार काढत. आक्षेप होता तो

त्यांच्या कुणालाही न विचारता तडकाफडकी निर्णय घेण्याच्या पद्धतीला. या त्यांच्या उतावीळ स्वभावामुळे त्यांना सतत शत्रू निर्माण होत गेले.

त्यांच्या कारकीर्दीत पाकिस्तानचे दुसरे युद्ध ही फार मोठी आपत्ती होती. त्या वेळी पाकिस्तान, चीन आणि श्रीलंका एकाच वेळी भारतावर आक्रमण करतील अशी जाणकारांची अटकळ होती आणि तीन आघाड्यांवर एकाच वेळी लढणे भारतीय सेनादलाला फारच अडचणीचे ठरले असते. परंतु इंदिराजींनी परिस्थिती अत्यंत मुत्सद्देगिरीने आणि समर्थपणे हाताळली. त्यात युद्ध जिंकणे हा एकच भाग नव्हता. त्या डावपेचांचे दृश्य फल म्हणजे बांगलादेशची निर्मिती. प्रत्यक्ष युद्धातील पराभवापेक्षा हा राजकीय डावपेचातील पराभव पाकिस्तानच्या मनात अद्यापही डाचत आहे. अलीकडेच झालेल्या जनरल मुशर्रफ यांच्या आग्राभेटीतील मुलाखतीत ते स्पष्टपणे जाणवले.

जनरल मुशर्रफ वार्ताहरांसमवेत बोलत असताना एका बेसावध क्षणी त्यांच्या बोलण्यातून तो सल कळत-नकळत डोकावून गेला. याहीपेक्षा अधिक आश्चर्याची गोष्ट म्हणजे भारताने आपले रक्त सांडून ज्या 'बांगला देश'ची निर्मिती केली त्या बांगला देशाच्या बेगम झिया प्रभृती साऱ्या नेत्यांना मात्र त्याचा विसर पडला आहे. किंवा कदाचित काही अंतस्थ स्वार्थी हेतूने ते तसे दर्शवीत असावेत.

भारतापासून हजारो मैल दूर युरोपात राहणारा, भारताची ओळखही नसलेला एक फ्रेंच डॉक्टर-ज्योतिषी हे सारे घडण्यापूर्वी सुमारे चारशे वर्षे अगोदर हा सारा वृत्तान्त सहजपणे नमूद करून ठेवू शकतो, ही गोष्ट मानवी आकलनाच्या पलीकडे आहे. त्यातील कथन इतके अचूक आहे की चतुष्पदी वाचत असताना हे भविष्यकथन आहे की इतिहासकथन आहे असा विचार सहजच मनात तरळून जातो. नॉस्त्रादेमसच्या तिसऱ्या शतकातील अठ्ठाविसावी चतुष्पदी सांगते –

"... गरीब भूमिहीनांच्या देशात ती युवती सतत प्रयत्न करील...
... स्वतःच्या कर्तृत्वाने उच्चतम पदावर आरूढ होऊन दीर्घ काळ राज्य करील...
... त्याच वेळी वाईट प्रभाव टाकणाऱ्यांचा निःपात करील...
... शांतता आणि सुव्यवस्था निर्माण करील..."

साहजिकच ही चतुष्पदी भारताच्या पंतप्रधान इंदिरा गांधी यांच्या संदर्भात अधिक चपखल बसू शकते असे म्हटल्यावर वावगे ठरू नये.

इंदिराजी.... सत्तेतून सत्तेकडे.... आणि मृत्यू

त्या काळात काँग्रेस हा देशातील सर्वांत जुना आणि सर्वाधिक मताधिक्य असणारा राजकीय पक्ष होता. महात्मा गांधी, पंडित जवाहरलाल नेहरू, वल्लभभाई

पटेल, मौलाना अबुल कलाम आजाद वगैरे थोर देशभक्तांची पुण्याई या पक्षाच्या उभारणीत खर्ची पडली होती. त्यांचे सहकारी असणारे मोरारजी देसाई, जगजीवनराम, निजलिंगप्पा, यशवंतराव चव्हाण वगैरे मंडळी आता वृद्धत्वाकडे झुकू लागली होती. या प्रस्थापित बुजुर्ग मंडळींचे आणि इंदिराजींचे अनेक बाबींवर संघर्ष होऊ लागले आणि शेवटी काँग्रेस पक्षाची दोन शकले झाली. पक्षातील साऱ्या तरुण रक्ताचा ओढा इंदिराजींकडेच होता आणि साहजिकच काँग्रेस (आय) म्हणजेच इंदिरा काँग्रेस पूर्वी कधी नव्हे इतक्या भरघोस मताधिक्याने सत्तेवर आली. सूत्रे इंदिराजींकडे आली.

इंदिराजींच्या मूळ स्वभावानुसार त्यांनी तडकाफडकी निर्णय घेण्याचा सपाटा लावला. वास्तविक पक्षात अनेक बुद्धिमान नेतेही होते. परंतु कुणालाही न विचारता, सल्लामसलत न करता त्यांनी उतावीळपणे निर्णय घेण्यास प्रारंभ केला. ते निर्णय मग कितीही योग्य असले तरीही एकट्याने निर्णय घेण्याची पद्धत लोकशाही शासन पद्धतीत बसत नाही.

इंदिराजींचे उत्तमोत्तम सहकारी नाराज होऊ लागले. काँग्रेस (आय) या सत्तारूढ पक्षात अंतस्थ विरोध वाढू लागला. चरणसिंग, देवीलाल, रामकृष्ण हेगडे, तरुण तुर्क म्हणून ओळखले जाणारे मोहन धारिया, चंद्रशेखर प्रभृती युवक नेते मंडळी यांनी काँग्रेस (आय)मध्येच विरोधी आघाडी उभारली. इंदिराजींना वाढता विरोध सहन होईना. जयप्रकाश नारायण यांनी सुरू केलेल्या आंदोलनाने वातावरण तापू लागले. काय करावे हे इंदिराजींना समजेना. पिसाटल्याप्रमाणे झालेल्या इंदिराजींनी सत्ता हातून जाऊ नये म्हणून एका बेसावध क्षणी अत्यंत दुर्दैवी निर्णय घेतला. त्यांनी आणीबाणी जाहीर केली.

आणि आता देशातील साराच बुद्धिजीवी वर्ग खवळून उठला. रामकृष्ण हेगडे, चंद्रशेखर, मोहन धारिया वगैरे काँग्रेस (आय)मधून बाहेर पडले. जनसंघासह अनेक पक्ष एकत्र येऊन, जयप्रकाश नारायण यांच्या नेतृत्वाखाली जनता पार्टी स्थापन झाली. जनता पक्षाचे सरकार सत्तेवर आले. परंतु त्यांच्यामध्ये एकजूट नव्हती. आपसांत फाटाफूट होऊन राज्यकारभार करण्याचा अनुभव नसलेला हा पक्ष फुटला. इंदिराजी अधिकच भरघोस मताधिक्य मिळवून पुन्हा सत्तेवर आल्या.

आणि आता तर त्यांच्या एककल्ली स्वभावाने अधिकच उचल खाल्ली होती, अधिकाधिक अंतस्थ शत्रू निर्माण होऊ लागले.

पंजाबमधील अतिरेक्यांचा आणखी एक प्रश्न निर्माण होऊन वेगळीच डोकेदुखी निर्माण झाली होती. त्यांतील काही कडवे अतिरेकी त्यांच्या खासगी अंगरक्षकांच्या पथकात शिरले आणि त्यांनी इंदिराजींच्या निवासस्थानीच गोळ्या घालून त्यांची निर्घृण हत्या केली. ३१ ऑक्टोबर १९८४. सारा देश हादरला आणि जगभर त्याचे पडसाद उमटले. एका अतिशय बुद्धिमान, उत्तम राजकारणी आणि जगात खूपच प्रतिष्ठा लाभलेल्या भारताच्या पंतप्रधानाची कारकीर्द अतिशय दुःखद अवस्थेत संपली.

नॉस्त्रादेमसने चारशे वर्षांपूर्वीच त्याचे भाकीत सहाव्या शतकातील चौऱ्याहत्तराव्या

चतुष्पदीत शब्दांकित केले आहे –

"... सत्ताहीन झालेली अधिकच जोमाने सत्तेवर येईल...
... मात्र तिचे गुप्त शत्रू कारस्थाने करीत राहतील...
... तिची कारकीर्द मोठी दिमाखदार आणि देदीप्यमान असेल...
... सत्तरीला तीन वर्षे असताना तिचा मृत्यू घडवून आणला जाईल..."

पाश्चात्त्य लेखकांच्या मते ही चतुष्पदी इंग्लंडची राणी पहिली एलिझाबेथ हिच्या संदर्भात असावी. तिचे लहानपण खडतर होते. तिची बहीण मेरी क्वीन ऑफ स्कॉट्स हिने तिच्याविरुद्ध अनेक कारस्थाने केली. ती वयाच्या सत्तराव्या वर्षी निधन पावली. ते साल होते १६०३. आता चतुष्पदीतील शब्द आहेत 'त्रुआ ए सेप्तांते'. या पाश्चात्त्य लेखकांच्या मते या शब्दांमध्ये स्वल्पविराम टाकायचा राहून गेला आहे. त्रुआ म्हणजे तीन (१६०३) हे निधनाचे साल आणि सेप्तांते म्हणजे सत्तर हे वय असा अर्थ घ्यावा. माझ्या मते नॉस्त्रादेमसच्या दिव्य शक्तीने लिहिलेल्या चतुष्पदीत काही दुरुस्ती करण्याचा अधिकार कुणालाही असू शकत नाही.

इंदिराजी यांचे मृत्युसमयी वय बरोबर सदुसष्टच होते.

चूक नॉस्त्रेदेमसची नाही. अन्वयार्थ लावणाऱ्यांची आहे.

□

“

”

२४.

‘पायलट’ वारसा हक्काने सत्तेवर येईल पण...

नॉस्त्रादेमसच्या ‘प्रॉफेतिक्स द मायकेल नॉस्त्रादेमस’ अर्थात ‘सेंच्युरीज’ या भविष्यकथन करणाऱ्या ग्रंथाबद्दल अगणित समीक्षकांनी आपापली मते मांडली आहेत. त्यात काही जाणकारांनी असाही अभिप्राय नोंदविला आहे, ‘‘मानवाची वाणी ही बहुधा गद्य स्वरूपात असते आणि देवतांची वाणी ही पद्यमय स्वरूपात असते. ‘देवदूताने जे जे कथन केले ते मी कागदावर उतरवून काढले. माझे असे त्यात काहीच नाही’, असे स्वत: नॉस्त्रादेमसनेच स्पष्टपणे म्हटले आहे.’’

आता हे बोलताना मात्र नॉस्त्रादेमस त्यातील भविष्यकथनाबद्दल बोलत होता की त्यातील पद्यरचना आणि शब्दयोजनेबद्दल बोलत होता हे कळण्यास मार्ग नाही. परंतु त्यातील भविष्यकथन तर विश्वास बसू नये इतक्या तंतोतंतपणे प्रत्ययास येते आणि शब्दयोजना निश्चितच लक्ष वेधून घेते.

इंदिरा गांधींच्या संदर्भातील चतुष्पदीतही याचा प्रत्यय येतो. त्यांचे सत्तेवरून झालेले उच्चाटन, पुन्हा अधिकच भरघोस मताधिक्याने सत्तेवर येणे (१९८०), गुप्त शत्रू निर्माण होणे आणि त्याची परिणती त्यांच्या खुनात होणे आणि तेदेखील वयाच्या सदुसष्टाव्या वर्षीच (१९८४). या साऱ्या अतिविस्मयकारक वाटणाऱ्या घटना केवळ एका चतुष्पदीत कथन कराव्या हा केवळ चमत्कारच म्हटला पाहिजे.

सहाव्या शतकातील या चौऱ्याहत्तराव्या चतुष्पदीनंतरची पंचाहत्तरावी चतुष्पदी तर विलक्षण बोलकी आहे. भारतीय राजकारणातील गेल्या दहा-पंधरा वर्षांतील ठळक घटना अनेकांच्या स्मरणात असतील. त्या घटनांची स्थूल रूपरेषा ठाऊक

असणाऱ्या जनसामान्यांनाही या चतुष्पदीतील अर्थ समजून घेण्यासाठी फारसे सायास करावे लागणार नाहीत.

ही चतुष्पदी सांगते–

"…. काही वेगळेच सुदैव त्या थोर पायलटच्या वाट्याला येईल…

…(विमान) दल सोडून जणू वारसा हक्कानेच सर्वोच्चपदी आरूढ होईल…

…..सात वर्षांनंतर विरोधकांत बसावे लागेल….

….व्हेनिस नगरी दु:खात बुडून जाईल… अतिरेक्यांचा धसका घेईल…."

इंदिरा गांधींच्या संदर्भातील चतुष्पदीला लगोलग जोडून आल्यामुळे ही चतुष्पदी राजीव गांधींच्या संदर्भात रचली आहे हे सत्य शोधण्यास फार प्रयास करण्याची आवश्यकता नाही. परंतु, चतुष्पदीचा अभ्यास करताना त्यातील शब्दयोजना, शब्दांचा चपखल वापर ध्यानात येताच मन थक्क होते.

चतुष्पदीच्या पहिल्याच ओळीत 'पायलट' हा शब्द योजला आहे. नॉस्त्रादेमसच्या काळात विमानविद्या अस्तित्वातच नव्हती. त्यामुळे विमानचालकाला 'पायलट' म्हणतात हा शब्दप्रयोगही त्या काळात रूढ असण्याची सुतराम शक्यता नाही. मग नॉस्त्रादेमस हा शब्द कसा काय वापरू शकतो?

दुसऱ्या ओळीत 'रॉयल मॅन्डेट' असे शब्द आहेत. वारसा हक्काबाबत नॉस्त्रादेमसने या शब्दांची योजना केली आहे. आपल्याकडील प्रसिद्धी माध्यमांमध्ये दहा-बारा वर्षांपूर्वी आपल्याकडील राजकारणातील घराणेशाहीवर खूप चर्वितचर्वण झालेले अजूनहा स्मरणात आहे. पंडितजींच्या नंतर इंदिराजी आणि इंदिराजींच्या नंतर राजीव या 'घराणेशाही'च्या वारसा हक्कावर झालेली टीकाही स्मरणात आहे. चारशे वर्षांपूर्वी नॉस्त्रादेमस बरोबर 'वारसा हक्क' हेच शब्द कसे काय वापरतो? हा केवळ योगायोगच म्हणता येईल?

तिसऱ्या ओळीत उत्तरार्धात नॉस्त्रादेमसने 'काउंन्टरमॅन्डेड' (Countermanded) असा त्या काळात अस्तित्वात नसलेला शब्द योजला आहे. लोकशाहीत निवडणुकीसाठी उभा असलेला एखादा उमेदवार निवडणूक होण्यापूर्वीच निधन पावला तर ती निवडणूक रद्द ठरवून पुन्हा घेतली जाते, यासाठी लोकशाही राज्य पद्धतीत हा शब्द वापरला जातो. राजीव गांधी निवडणुकीपूर्वीच निधन पावतील हे सुचविण्यासाठी नॉस्त्रादेमसने हा शब्द योजला असणार, हे निश्चित. पण प्रश्न असा की, त्याच्या काळात लोकशाही राज्यपद्धती अस्तित्वातच नव्हती. मग त्याने हा शब्द योजला तरी कसा?

चौथ्या ओळीतील संकेतशब्द आहे 'व्हेनिस नगरी'. या शब्दाची उकल करण्यासाठीही फार डोके चालविण्याची आवश्यकता नाही. श्रीमती सोनिया गांधी वंशाने इटालियन आहेत. तेव्हा त्यांच्या संदर्भात इटलीतील प्रसिद्ध शहराचे नाव 'संकेत' म्हणून

उपयोगात आणले आहे. पण नॉस्त्रादेमसने त्यातही 'व्हेनिस नगरी' असा स्त्रीलिंगी उल्लेख करून संकेत अधिकच स्पष्ट केला आहे. 'व्हेनिस नगरी दु:खात बुडून जाईल' याचे स्पष्टीकरण देण्याची आवश्यकता नाही. 'अतिरेक्यांचा (Barbare) धसका घेईल' हे ओळीच्या उत्तरार्धाचे शब्द बरेच काही सांगून जातात. राजीवजींच्या मृत्यूनंतर त्वरित राजकारण प्रवेशाला सोनिया गांधींचा नकार आणि इतर राजकीय घडामोडी यांवरचे अतिरेक्यांच्या दहशतीचे, धसक्याचे सावट आपण अद्याप विसरलेलो नाही.

या सर्व गोष्टींच्या उल्लेखाचा आणि हेतूपूर्वक योजलेल्या शब्दांचा विचार केला तर नॉस्त्रादेमस हा केवळ द्रष्टाच नव्हता, तर अचूक शब्दयोजना करणारा भाषाप्रभू पंडितही होता, याची मनोमन साक्ष पटते.

मात्र, त्याच्या शब्दयोजनेतील सांकेतिकता आणि गूढता यांमुळे अनेकदा अर्थाबद्दल मतभेदही होऊ शकतात. राजीव गांधींविषयीच्या पंचाहत्तराव्या चतुष्पदीबद्दल असेच झाले....

'कोळशाची स्त्री करील राजपुत्राविरुद्ध कट'

'सेंच्युरीज'च्या सहाव्या शतकातील पंच्याहत्तरावी चतुष्पदी राजीव गांधींविषयी आहे, असे मला वाटते पण पाश्चात्य समीक्षकांनी मात्र ही चतुष्पदी गास्पार्द द कॉलीनी या नौदल अधिकाऱ्याच्या संदर्भात असल्याचे मत नोंदविले आहे. फ्रान्सच्या दुसऱ्या हेन्रीने त्याला आपला नौदल प्रमुख नेमले (१५५२). परंतु १५७०मध्ये तुर्कस्तानचा सुलतान दुसरा सेलीम याने फ्रान्सच्या ताब्यातील क्रीट हे बेट हिसकावून घेतले आणि तेथून व्हेनिस शहरावर सतत हल्ले चढविले. यातील स्थूल रूपरेषा चतुष्पदीशी जुळली तरी 'वारसा हक्क', 'काउन्टरमँडिंग' वगैरे निवडणुकीसंबंधीच्या शब्दांचा संदर्भ लागत नाही. 'पायलट' शब्दाचा अर्थही ओढूनताणून जोडावा लागतो, आणि 'सात वर्षांनंतर विरोधकात बसावे लागेल' या उल्लेखाचाही काही संदर्भ लागत नाही म्हणून ही चतुष्पदी राजीव गांधी यांच्या संदर्भातच असावी.

आणखी एक चतुष्पदी तर राजीव गांधींच्या मृत्यूचे तंतोतंत चित्र रेखाटते... काय घडले ते पहा –

मे १९९१. असह्य अशा हवामानाकडे लक्ष द्यायला कुणालाच सवड नव्हती. निवडणुका काही दिवसांवर येऊन ठेपल्या होत्या. काँग्रेसचे नेते आणि माजी पंतप्रधान राजीव गांधी चेन्नई परिसरात झंझावती दौरा करीत होते. त्यांनी पाठविलेल्या एका खासगी पत्रात म्हटले होते, ''दिवसाकाठी तेवीस तास किंवा कधीकधी त्याहूनही अधिक वेळ प्रचाराचं काम चालतं... सतत माणसं माणसं आणि माणसं.. शरीर शिणलं आहे. हार स्वीकारताना कापलं जाऊन हातांना जखमा झाल्यायत.. बोटांना सूज आलीय.. विवाहाची अंगठी देखील बोटात बसेनाशी झालीय. म्हणून

ती पण काढून ठेवलीय.. चालून चालून पायांना सूज आलीय.. चपलांच्या पट्ट्यांचे पावलांवर वळ उठतात. चपला काढून ठेवणं देखील कठीण होतं... पण कर्तव्याची जाणीव ठेवून रेटतोय सारं काही... कारण थोड्याच दिवसांत हे सारं संपणारच आहे.. सारं काही संपणारच आहे अन् मग विश्रांती घेता येईल...''

नियती हे सारे जाणून हसली असेल... कारण खरोखरच 'सारे संपण्याची' भीषण वेळ येऊन ठेपली होती.

२१ मे १९९१. मूळ कार्यक्रमात समाविष्ट नसलेली श्री पेराम्बदूरची सभा ऐनवेळी कार्यक्रमपत्रिकेत घुसडण्यात आली होती. खरं तर ऐन वेळी असा बदल करण्यात फार मोठा धोका होता. श्री पेराम्बदूरच्या सभास्थानाची, व्यासपीठाची आणि आजूबाजूच्या परिसराची सुरक्षिततेच्या दृष्टीने पूर्वतपासणी आणि तयारी केलेली नव्हती. तरीही सायंकाळच्या सभेचा कार्यक्रम रेटण्यात आला आणि तो राजीव गांधींचा शेवटचाच कार्यक्रम ठरला.

दहा वाजून वीस मिनिटांनी मानवी बॉम्ब 'धनू' ही स्थूल शरीराची, अत्यंत काळ्या वर्णाची महिला हातात चंदनाचा हार घेऊन राजीवजींच्या जवळ आली. पस्तीस वर्षीय लथा कानन आणि त्यांची पंधरा वर्षीय मुलगी कोकिळा कानन हेही तिच्यासोबत जवळ आले. कोकिळाने राजीवजींना एक हिंदी कविता ऐकवली. पोलीस इन्स्पेक्टर अनुसूयाला बाजूला सारून राजीवजींनी लहानग्या कोकिळाच्या पाठीवर शाबासकी दिली. या संधीचा मानवी बॉम्ब 'धनू'ने पुरेपूर फायदा उठविला. पायाला हात लावून नमस्कार करण्यासाठी ती राजीवजींच्या समोर वाकली अन् कमरेला पट्ट्यात बांधलेला बॉम्ब उडविला. क्षणभरात होत्याचे नव्हते झाले! राजीवजी, धनू स्वत:, इतर चौदा जण आणि साऱ्या कटाचा अहवाल तयार करणारा फोटोग्राफर हरिभाऊ असे एकूण सतरा जण जागीच ठार झाले. हरिभाऊचा कॅमेरा मात्र वाचला आणि त्यामुळेच साऱ्या कटाचा उलगडा झाला. कॅमेऱ्यामुळे कटांचा सूत्रधार 'एकाक्ष' शिवरासन आणि त्याचे साथीदार पकडले गेले.

हा अत्यंत भीषण आणि हिडीस घातपाताचा प्रकार नॉस्त्रादेमसने चारशे वर्षांपूर्वीच पाहिला होता. आपल्या सहाव्या शतकातील एकोणसाठाव्या चतुष्पदीत त्याने त्याचे वर्णन केले आहे-

''सूडाच्या घातपाती विचाराने झपाटून गेलेली काळी कोळशाची स्त्री....
तिच्या (देशाच्या) राजपुत्राविरुद्ध कट करील....
त्याच्याजवळ जाऊन बोलणारही नाही...
..क्रूरकर्मा लागलीच पकडला जाईल, सतरा जण जागीच ठार होतील....''

नॉस्त्रादेमसला बहुधा ती कोळशाची स्त्री एकाएकी नाहीशी कशी झाली याचे

आश्चर्य वाटले असावे. परंतु इतक्या भीषण शक्तीच्या बॉम्बची कल्पना त्याच्या काळात येणे अवघड आहे. परंतु ती काळी स्त्री घातपाताच्या कल्पनेने 'झपाटलेली' आहे हे त्याने केलेले धनूचे वर्णन अत्यंत यथायोग्य आहे. कारण मानवी बॉम्ब होताना स्वत:चा बळी जाणार याची कल्पना त्या व्यक्तीला असतेच. तरीदेखील अशा भयानक मरणाला तयार होणाऱ्याची मन:स्थिती कशी असेल?

दुसऱ्या ओळीतील 'देशाचा राजपुत्र' म्हणजे नेते राजीव गांधी हे कळण्यास अडचण येत नाही. क्रूरकर्मा कटाचा सूत्रधार एकाक्ष 'शिवरासन' लागलीच पकडला गेला, आणि त्या जागी एकूण सतराच मृत्यू घडून आले. इतके सारे बारकावे नॉस्त्रादेमसला कसे कळू शकतात? अशी दिव्य शक्ती त्याला कशी प्राप्त झाली असू शकेल?

□

“

२५.

दोन नेते निवडले जातील, ज्येष्ठ नेता दूर होईल

”

'नॉस्त्रादेमसच्या 'सेंच्युरीज' या ग्रंथात भारताबद्दल काहीही भविष्यकथन केलेले नाही. इतक्या दूरच्या देशाबाबत त्याला काहीही स्वारस्य असण्याचे कारण नाही' हा काही जाणकारांचा आक्षेप तितकासा योग्य नाही. मोगल सम्राट बहादुरशाह जफर, झाशीची राणी लक्ष्मीबाई, पंतप्रधान इंदिरा गांधी, पंतप्रधान राजीव गांधी आणि त्या दोघांच्या शोकांतिका यांबद्दलच्या चतुष्पदी आपण पहिल्या. त्याचप्रमाणे आणखीही काही चतुष्पदी आहेत. परंतु त्यांचा अन्वयार्थ लावून त्या संदर्भासहित स्पष्ट करणे हे तितके सोपे नाही.

अशीच भारताच्या संदर्भात असलेली चतुष्पदी माझ्या पाहण्यात आहे. तिचा कोणताही संदर्भ पाश्चात्य किंवा भारतीय समीक्षकांनी लावण्याचा प्रयत्न केल्याचे दिसत नाही.

नवव्या शतकातील चौथी चतुष्पदी सांगते –

“....महापूर येतील, खूप नुकसान होईल....
...पुढील वर्षी दोन नेते निवडले जातील...
...त्यांपैकी ज्येष्ठ लवकरच सत्ता सोडील...त्याला सरकणाऱ्या सावलीत राहणे आवडणार नाही...
त्याला सावली देणारा मात्र पूर्णपणे लुटला जाईल...”

राजीवजी गांधी यांच्या संदर्भात सात वर्षे सत्तेवर राहिल्यानंतर त्यांना विरोधकांमध्ये

बसावे लागेल. हे नॉस्त्रादेमसचे भाकीत आपण पाहिले आणि त्याचा अन्वयार्थदेखील लावण्याचा प्रयत्न केला. काँग्रेस सत्तेवरून दूर झाल्यानंतर भारतात अशी एक वेळ आली की कोणत्याही पक्षाला सरकार स्थापन करणे शक्य नव्हते. काँग्रेस (आय) या सर्वांत मोठ्या पक्षालाही ते शक्य नव्हते. "इतर काही लहान समविचारी पक्षांची मदत घेऊन त्यांच्या भागीदारीत सरकार स्थापन करावे," असा विचार काही काँग्रेस जनांनी मांडला. परंतु आजवर केवळ स्वत:च्या मताधिक्यावर एकाच पक्षाचे सरकार स्थापन करणाऱ्या काँग्रेस श्रेष्ठींना हा विचार मानवण्यासारखा नव्हता. त्यांनी त्यापेक्षा विरोधकातच बसावे आणि कुणीही धर्मनिरपेक्ष (Secular) पक्ष सरकार स्थापन करीत असेल तर त्याला बाहेरून पाठिंबा द्यावा असा निर्णय घेतला. कारण कुणा जातीय पक्षाला सरकार स्थापन करू देण देशाच्या हिताच्या दृष्टीने योग्य नव्हते. बऱ्याच लहान लहान पक्षांनी एकत्र येऊन आघाडी निर्माण केली आणि सरकार स्थापन करण्याचा निर्णय घेतला. अर्थात काँग्रेसच्या पाठिंब्याशिवाय हे शक्य नव्हते आणि काँग्रेसने पाठिंबा देण्याचे मान्यही केले. आघाडी पक्षांमध्ये नेता निवडीत एकमत होईना. शेवटी चंद्रशेखरजी आणि देवीलालजी 'ताऊ' हे दोन नेते निवडण्यात आले आणि ज्येष्ठता अग्रक्रमामुळे चंद्रशेखरजी पंतप्रधान, तर 'ताऊजी' उपपंतप्रधान पदावर विराजमान झाले. जातीयवादी पक्षांना संधी देण्यापेक्षा याच आघाडीचे सरकार सत्तेवर येणे बरे, म्हणजे त्यातल्या त्यात कमी कष्टपद (lesser evil) मार्ग स्वीकारल्याप्रमाणे होईल असे सर्व काँग्रेसजनांचे मत होते.

आघाडीचे सरकार सत्तेवर आले खरे परंतु त्यांच्या अंतस्थ कलागती, कुरबुरी पूर्णपणे कधीच मिटल्या नव्हत्या. प्रत्येक घटक पक्ष आपला जास्तीत जास्त फायदा कसा होईल हे पाहू लागला आणि सरकारचे हित हा प्रश्नच गौण ठरला. त्यातच राजीवजींना सन्मानाने वागवले जात नाही. असा बऱ्याच काँग्रेसजनांचा आक्षेप होता आणि त्यातच जुने काँग्रेसजन आपल्या पाठिंब्याचा दबाव आणून आपापले काम साधून घेण्याचा यत्न करू लागले. चंद्रशेखरजींना या पद्धतीने काँग्रेसच्या 'सावली'-त राहून सरकार चालविणे अपमानास्पद आणि असह्य वाटू लागले. त्यांनी स्वत: होऊन राजीनामा दिला आणि सरकार बरखास्त केले हा इतिहास आहे. चतुष्पदीतील पहिल्या ओळीतील 'महापूर' हे भारताचे कायमचे आणि जुनाट दुखणेच आहे. दुसऱ्या ओळीतील दोन नेते म्हणजे चंद्रशेखरजी आणि देवीलालजी.

तिसरी ओळ 'ज्येष्ठ' सत्ता सोडील त्याला सरकत्या सावलीत राहणे मानवणार नाही हे तंतोतंत जुळते.

आणि शेवटची ओळ राजीवजींचा दु:खद अंत दूरान्वयाने दर्शविते. आतापर्यंत कुणाही पाश्चात्य अथवा भारतीय समीक्षकाने या चतुष्पदीतील भविष्यवाणीची उकल करण्याचा यत्न केला नाही. परंतु भारतीय राजकारणातील परिस्थितीला ती निश्चितच

जुळून येते, इतकेच नव्हे ती भारतासंदर्भातच रचली असावी असे वाटते.

'गूढ उलगडावे प्रगल्भ तज्ज्ञांनी'

विसाव्या शतकात घडणाऱ्या अनेक चित्तथरारक आणि अतर्क्य घटनांचे भविष्यकथन नॉस्त्रादेमसने 'सेंच्युरीज' या लोकविलक्षण ग्रंथात केले आहे. "विसाव्या शतकाच्या अखेरपासून स्फोटक आणि कल्पनाही नसलेल्या अनेक घटना घडतील." असे त्याने लिहून ठेवले आहे.

आपला थोरला मुलगा सेजर याला लिहिलेल्या पत्रात त्याने दोन गोष्टी स्पष्टपणे सांगितल्या. आपली भाकीते सर्वसामान्य जनतेपासून होता होईतो लपवून ठेवावी, असे त्याला वाटत होते, आणि त्याचबरोबर योग्य वेळी जबाबदार व्यक्तीकडून त्यांची फोड सुजाण, सुशिक्षित आणि प्रगल्भ अशा लोकांना उलगडून सांगितली जावी, असे त्याला वाटत होते.

नॉस्त्रादेमसची इच्छा आणि अपेक्षा रास्तच होती, असे कुणीही म्हणेल. त्याच्या काळात (१५०३-१५६६) मात्र अशा परिस्थिती नव्हती. धर्मसत्ता आणि राजसत्ता अतिशय प्रबळ होती. भ्रामक, पाखंडी, कल्पनांचा समाजावर पगडा होता. साहजिकच त्याने राजाला पत्र लिहून सावधगिरीचे एक पाऊल टाकले. आपण कुठेही धर्मबाह्य असे काहीही केलेले नाही. फ्रेंच राज्यघराण्याबद्दल (बुरबॉन घराणे) अतिशय आदर आणि प्रेम असल्यामुळे हा ग्रंथ आपण त्यालाच अर्पण करीत आहोत, असे त्याने कळविले. अर्पणपत्रिकाही त्याचप्रमाणे छापून ग्रंथाच्या प्रारंभी लावली. आता धर्मसत्तेला त्यावर बंदी घालताना अनेकदा विचार करावा लागणार होता आणि भाकीते खरी ठरली म्हणजे त्यातील घटनांमुळे पिसाटलेल्या शासकीय अधिकाऱ्यांनाही ग्रंथावर बंदी घालता येणार नव्हती.

ग्रंथातील चतुष्पदींची उकल करून भविष्य जाणून घेणाऱ्या व्यक्तीला खगोलशास्त्र, इतिहास, भूगोल, राजकारण, समाजकारण या विषयांवर तसेच ग्रीक, लॅटिन आणि फ्रेंच या भाषांवर प्रभुत्व असणे आवश्यकच असेल, अशा गूढ, कूट भाषेत नॉस्त्रादेमसने सर्व चतुष्पदी आणि षट्पदींची रचना केली. म्हणजेच त्याचा ग्रंथ हा बहुसंख्य लोकांसाठी नसून मर्यादित विद्वान आणि सुशिक्षित वर्गासाठी आहे आणि त्यातही या सांकेतिक चतुष्पदींची उकल करून त्याला भावार्थ सांगू शकेल, असा एखादाच बुद्धिमान असणार आणि अशा बहुश्रुत विद्वान माणसाचे मन हे बहुधा इतके प्रगल्भ असेल की, त्याचा गैरवापर तो कदापि करणार नाही, अशी नॉस्त्रादेमसची अपेक्षा होती.

युरोपातील विज्ञान क्षेत्रात ही पद्धत पूर्वी सर्रास प्रचारात होती. कुणाही बुद्धिमान शास्त्रज्ञाला नवा शोध लागला की, तो सांकेतिक भाषेत त्याचे सूत्र प्रसिद्ध करून इतर विद्वानांना त्याची उकल करण्यास सांगे. बाकीचे प्रयत्न करकरून थकले म्हणजे मग

तो स्वत: ती उकल सांगून स्वत:चे संशोधन जाहीर करीत असे. म्हणजे संशोधन-चौर्याची भीती उरत नसे..

नॉस्त्रादेमसने अनेक ठिकाणी चतुष्पदी उलगडण्यासाठी खगोलशास्त्रीय ग्रहगणिताची सूचना दिली आहे.. 'जेव्हा सूर्य अमुक राशीत प्रवेश करील', 'गुरू अमक्या राशीत असेल' अन् 'शनी तमक्या ठिकाणी असेल तेव्हा अशी घटना घडून येईल....'

पूर्वी सर्व राजदरबारांत उत्तमोत्तम ज्योतिषी असत. आज भारतातही बहुतेक 'राजदरबारांत' ज्योतिषी असतात. तज्ज्ञांना या खगोलशास्त्रीय गणिताची उकल फारशी अवघड नाही.

नॉस्त्रादेमस पहिल्या तीन ओळींत बहुधा घटना आणि चौथ्या ओळीत स्वत:ची प्रतिक्रिया नोंदवितो. अनेक ठिकाणी स्थळांची नावे आहेत. पण काही वेळी ती नावे जरा स्पेलिंग बदलून गूढ करण्याचा यत्न केला आहे. उदाहरणार्थ, 'इराण' हा शब्द IRAN असा न लिहिता NIRA असा लिहिला आहे. 'हिटलर'ऐवजी 'हिस्टर' किंवा 'हिल्टर', सोनिया गांधींबद्दल इटलीतील 'व्हेनिस नगरी' असे प्रतीक वगैरे वगैरे. आजपर्यंत त्याची शेकडो भविष्यकथने तंतोतंत खरी ठरली आहेत. तेव्हा यापुढील अधिक चित्तथरारक कथनेही खरी ठरतील, असे मानायला हरकत नाही. फक्त त्याची सांकेतिक भाषा उलगडणे हाच खरा प्रश्न आहे. त्या सांकेतिक भाषेत भविष्यातील खूप काही दडलेले आहे.

□

“

”

२६.

गुराख्यांसारखे लोक रात्री युद्ध करतील...

एकविसाव्या शतकाचा आणि नव्या सहस्रकाचा प्रारंभ होताना साऱ्या जगातील मानवजातीचे मन उचंबळून आले होते. विज्ञानात प्रगती होईल, राहणीमानात सुधारणा होईल, सर्वत्र सुबत्ता नांदेल आणि त्या पाठोपाठ जीवनात शांती-समृद्धी येईल, अशीच सुखस्वप्ने सर्वांच्या डोळ्यांसमोर तरळून गेली होती आणि तसे म्हटले तर ही अपेक्षा रास्त होती.

विसावे शतक नुकतेच मागे पडले. जाताना विज्ञानातील नेत्रदीपक प्रगतीसमवेत अनेक चांगल्या गोष्टी देऊन गेले. परंतु त्याचबरोबर दहशतवादही देऊन गेले. हा मानवनिर्मित अतिभयानक प्रकार देशातील सर्व प्रगतीचा, चांगल्या गोष्टींचा विध्वंस घडवून आणतो आणि त्यांतील सर्वांत वाईट काय असेल तर सामान्य माणसाचे गानसिक स्वास्थ्य नष्ट होऊन जाते.

आज जगातील प्रत्येक देश या दहशतवादाने ग्रासला आहे.

भारत गेली पन्नास वर्षे सीमेपलीकडून निर्माण होणाऱ्या दहशतवादाविरुद्ध लढत आहे. याच दहशतवादाच्या सैतानाने जगातील एकमेव महासत्ता गणल्या जाणाऱ्या अमेरिकेच्या मानबिंदूवरच आघात केला.

नव्या सहस्रकाच्या प्रारंभीच सुरू होऊन भडकणाऱ्या सर्वाधिक विनाशकारी तिसऱ्या महायुद्धाचे वर्णन करणाऱ्या सुमारे २७० चतुष्पदी नॉस्त्रादेमसने नि:संदिग्ध शब्दांत लिहून ठेवल्या आहेत. ‘भयानक रक्तपात होईल. सारी युरोपची आणि मध्यपूर्वेतील भूमी रक्ताने भिजून जाईल आणि त्याची फार मोठी किंमत मोजावी

लागेल. या युद्धात अण्वस्त्रे मर्यादित स्वरूपात वापरली जातील. रासायनिक बॉम्ब आणि जैविक बॉम्बही उपयोगात आणले जातील. अमेरिका आणि रशिया यांची युती होईल. पाश्चिमात्य देश विरुद्ध पौर्वात्य देश असे काहीसे स्वरूप राहील. हे युद्ध जवळपास २०२६ सालापर्यंत चालेल. परंतु नंतर मात्र दहशतवादाच्या सैतानाचा संपूर्ण नि:पात होईल,' असे नॉस्त्रादेमसने लिहून ठेवले आहे.

मध्यपूर्वेतील दहशतवादी कोण आहेत, हे सांगण्याची आवश्यकताच नाही. ओसामा बिन लादेन याने पेटविलेले युद्ध त्याच्या अगणित बांधवांचे रक्त सांडल्याखेरीज राहणार नाही.

नॉस्त्रादेमसची सातव्या शतकातील सातवी चतुष्पदी सांगते –

"...अतिहलक्या महान घोड्यांवर स्वार झालेले...

...चंद्रकोरीचा विध्वंस केल्याचा दावा करतील...

...डोंगराळ वैराण भागात गुरे वळणाऱ्यांसारखे भणंग, गबाळ वस्त्रे परिधान करणारे रात्री युद्ध करतील...

...नाल्या-खंदकांतून रक्ताच्या लाल नद्या वाहतील..."

अतिहलके घोडे म्हणजे सहजच अफगाणिस्तानातील दऱ्या-खोऱ्यांतून फिरू शकणारी हेलिकॉप्टर्स. त्यात स्वार होऊन लढणारे अमेरिकन-ब्रिटिश कमांडोज अफगाण-अरब दहशतवाद्यांचा संपूर्ण नि:पात केल्याचा दावा करतील.

'चंद्रकोर' या संकेतात अफगाण-अरब अतिरेकी अभिप्रेत आहेत. तिसऱ्या ओळीत गुरे चारणारे अथवा मेंढपाळांसारखे दिसणारे हे तालिबान संघटनेचे अतिरेकी आहेत हे सहज समजू शकते. बहुतेक बॉम्बफेक ही सूर्यास्तानंतरच करण्यात आली आहे.

आणि चौथ्या ओळीतील 'रेड गल्फ इन डीप डिच' म्हणजे डोंगराळ भागात रक्ताचे पाट वाहतील, इतके रक्त सांडले जाईल, असा अर्थ ध्वनित होतो.

हा तिसऱ्या महायुद्धातील पाश्चात्त्यांचा मध्यपूर्वेतील अरब-तुर्क राष्ट्रांविरुद्धचा विजय वर्णन केला आहे, असा दावा या चतुष्पदीबद्दल इंग्रज समीक्षक श्रीमती एरिका चिथम मांडतात. मला मात्र हे वर्णन अफगाणिस्तानातील तालिबानविरुद्ध चाललेल्या युद्धाचे वाटते.

जणू नॉस्त्रादेमसने हे सारे युद्ध होण्याआधीच पाहिले होते! नवव्या महिन्यातील क्रौर्याचा त्याचा उल्लेख दुसरे काय सांगतो?

'क्रौर्याचा बादशहा आकाशातून अवतरेल'

बुधवार, ११ सप्टेंबर २००१... पूर्व अमेरिकेत सकाळी नऊ वाजण्याचा सुमार... कार्यालये, दुकाने अद्याप पुरती फुलून गेली नव्हती. पण गर्दी जाणवेल

इतपत वर्दळ सुरू झाली होती... दोन भली मोठी विमाने हजारो गॅलन पेट्रोल भरून न्यूयॉर्कमधील जागतिक व्यापार केंद्रांच्या (वर्ल्ड ट्रेड सेंटर) जुळ्या टॉवर्सकडे झेपावली आणि एक अमेरिकन संरक्षण विभागाच्या 'पेंटॅगॉन' या मुख्य कार्यालयाकडे झेपावले.

...अन् कुणालाही काही कल्पना येण्यापूर्वी एक विमान जुळ्या टॉवर्सपैकी एकावर आदळले. काही मिनिटांतच दुसरे विमान दुसऱ्या टॉवरवर आदळले. दोन्ही टॉवर काही मिनिटांतच दगड-विटांचे ढिगारे होऊन खाली कोसळले. भयानक आगीने थैमान घातले. हजारो माणसे आतल्या सामान-सुमानासह ढिगाऱ्यांत गाडली गेली. काही जागच्या जागी जळून मेली.

'सोव्हिएत युनियन'च्या पतनानंतर 'जगातील एकमेव महासत्ता' म्हणून अरेरावीने मिरवणाऱ्या बलाढ्य अमेरिकेचा मानबिंदू असलेल्या न्यूयॉर्क शहराचे वैभव मानले गेलेले एकशेदहा मजली जुळे मनोरे अतिरेक्यांनी एका धडाक्यात जमीनदोस्त केले. इतकेच नव्हे, तर संरक्षण विभागाच्या मुख्यालयावरदेखील आघात केला.

एकंदर प्रकार भयानकच होता. झडती आणि धरपकडीचे सत्र सर्वत्र सुरू झाले. प्रथम मूठभर मंडळी, नंतर काही शेकड्यांत आणि आता हजारो अतिरेक्यांनी विणलेल्या घातपाती कारवायांच्या कार्यक्रमाची अंधुक रूपरेषा अमेरिकन हेरखात्याला दिसू लागली. प्रत्येक कृत्य ओसामा बिन लादेनकडे अंगुलीनिर्देश करू लागले. अमेरिकेने सर्व प्रयत्न करून पाहिले. पण अफगाण नेत्यांनी लादेनला अमेरिकेच्या ताब्यात देण्याचे नाकारले, अन् शेवटी नव्या सहस्रकाच्या पहिल्याच वर्षी युद्ध सुरू झाले.

घराघरातून संगणक असणाऱ्या देशांत इंटरनेटवर नॉस्त्रादेमसच्या नावाने दोन चतुष्पदी वारंवार प्रसृत करण्यात येत होत्या. त्या येथेही उपलब्ध झाल्या. त्या अशा होत्या–

"...नव्या शतकाचा नववा महिना
आकाशातून अतिरेक्यांचा राजा अवतरेल...
४५ अंशावरील (अक्षांशावरील) घरे दारे जळून जातील...
...भव्य शहरात आग आणि विध्वंस थयथयाट करील..."

आणि दुसरी चतुष्पदी अशी होती –

"...यॉर्कच्या नव्या शहरात अतोनात हानी होईल...
...जुळे भाऊ एकमेकांपासून दूर जातील... मातीत मिसळतील...
...किल्ला कोसळल्यानंतर नेता येईल... युद्धाला प्रारंभ होईल...
ते भव्य नवे शहर पूर्ण जळून जाईल..." नॉस्त्रादेमस, १६५०

या दोन्ही चतुष्पदी नॉस्त्रादेमसच्या 'सेंच्युरीज' पुस्तकाच्या कोणत्याही आवृत्तीत

सापडत नाहीत. शिवाय चतुष्पदींच्या खाली दिलेले वर्ष नॉस्त्रादेमसच्या मृत्यूनंतर (१५६६) जवळजवळ शंभर वर्षांनी येते. म्हणजे या दोन्ही चतुष्पदी बनावट आहेत, यात शंकाच नाही. पण स्वत: नॉस्त्रादेमसने मात्र नवा देश (अमेरिका) आणि न्यूयॉर्क शहरातील ही घातपाती कृत्ये यांबद्दल निश्चितच लिहून ठेवले आहे. फक्त अडचण आहे ती त्याची कथन करण्याची कूटपद्धत समजावून घेऊन त्याची उकल करण्याची आणि काही प्रमाणात जुनी फ्रेंच भाषा समजून घेण्याची.

नॉस्त्रादेमसच्या मूळ संहितेतील पाचव्या शतकातील अठ्ठ्याहत्तरावी चतुष्पदी अशी आहे –

"...ते दोघे फार काळ सुखाने एकत्र राहणार नाहीत...
...तेरा वर्षांच्या आत अतिरेकी शक्तींचे भक्ष्य बनतील...
...दोन्ही बाजूंची प्रचंड हानी होईल...
...(दोघांपैकी) एक जण तीन डोलकाठ्या असलेल्या जहाजाला (barque) कृतज्ञतेने धन्यवाद देईल..."

आणि दहाव्या शतकातील बहात्तरावी चतुष्पदी सांगते,

"...नवव्या महिन्यात (sept mois) आकाशातून क्रौर्याचा बादशहा अवतरेल...
...त्याच्या कृत्यामुळे साक्षात चेंगीजखानच जणू पुन्हा अवतरला आहे असे भासेल...
...त्यानंतर रणदेवता सर्वत्र सुखेनैव संचार करील..."

यातील 'क्रौर्याचा बादशहा', 'चेंगीजखान' वगैरे विशेषणे अतिरेक्यांच्या संदर्भात वापरली आहेत. सेप्ट (Sept) याचा इंग्रजीत सात, तर फ्रेंच भाषेत नऊ असा अर्थ होतो.

केवळ योगायोगानेच नॉस्त्रादेमसच्या भविष्यवाणीची अभ्यासक बनलेल्या श्रीमती एरिका चिथम या इंग्रज महिलेलादेखील थोड्याफार प्रमाणात नॉस्त्रादेमसची दिव्य दृष्टी – तिचा ज्योतिषशास्त्राचा काहीही संबंध नसतानाही लाभली. तिच्याच सांगण्यावरून तिच्या 'प्रोफेसीज ऑफ नॉस्त्रादेमस' या पुस्तकाच्या मुखपृष्ठावर (१९८५ची आवृत्ती) न्यूयॉर्क शहर जळताना दाखविले आहे. प्रत्यक्ष घटनेच्या पंधरा वर्षे आधी!

'नव्या शहरातील जुळे मनोरे कोसळतील'

डॉ. मायकेल नॉस्त्रादेमस निष्णात ज्योतिषी तर होताच, परंतु त्याचबरोबर त्याला दिव्य दृष्टीचे वरदानही लाभले होते. ते लाभल्याशिवाय ज्योतिषाच्या वाणीला–भविष्यकथनाला यश लाभत नाही, असे त्याने आपल्या 'सेजर' नामक ज्येष्ठ पुत्राला लिहिलेल्या पत्रात स्पष्टपणे नमूद केले आहे. सेजरला मात्र ती साधना कधीच जमली नाही.

नॉस्त्रादेमसच्या काळात अमेरिका हा देश अस्तित्वात नव्हता. न्यूयॉर्क, वॉशिंग्टन

ही शहरेही अस्तित्वात नव्हती, परंतु असंख्य मजले असलेले मनोरे, स्वातंत्र्यदेवतेचा पुतळा (स्टॅच्यू ऑफ लिबर्टी) या गोष्टी त्याने निश्चितच पाहिल्या असाव्यात, इतके अचूक वर्णन चारशे वर्षांपूर्वी त्याने लिहून ठेवले आहे. पहिल्या शतकातील सत्त्याऐंशी क्रमांकावर असलेली चतुष्पदी पाहा –

"...पृथ्वी हादरविणाऱ्या ज्वाळा उफाळतील...
जमिनीवर पडलेल्या ढिगाऱ्यातून धुमसत राहतील...
...नव्या शहरातील जुळे मनोरे कोसळतील...
...खूप रेंगाळणारे युद्ध सुरू होईल..."

'नवे शहर' म्हणजे न्यूयॉर्क शहर.

चौथ्या शतकातील सोळावी चतुष्पदी सांगते–

"...कारस्थानी मंडळींच्या किळसवाण्या (दहशतवादी) कृत्यांमुळे 'स्वातंत्र्याची नगरी' (स्वातंत्र्यदेवतेची नगरी म्हणजे स्वातंत्र्यदेवता) खाली पाहू लागेल...

...शेकडो कारस्थानी... त्यांच्यापासून हजारो कारस्थानी (म्हणजेच अतिरेकी दहशतवादी) सापडतील...

...नवे नेते तितके प्रभावी असणार नाहीत..."

'स्वातंत्र्य नगरी' शब्दाची उकल सांगण्याची आवश्यकता नाही, आणि एका पाठोपाठ एक झालेली अतिरेकी दहशतवाद्यांची धरपकड ही गोष्ट आता जगजाहीर आहे.

त्यानंतर सहाव्या शतकातील क्रमांक सत्याण्णववरील चतुष्पदी बरेच काही सांगून जाते –

"...पंचेचाळीस अंशांच्या (अक्षांशांच्या) परिसरात आगीचे डोंब उसळतील...

...आग (युद्धाचे लोण?) चोहीकडे पसरत जाईल...
...पुरावा सादर करा, असे आव्हान नॉर्मन्सना (अमेरिकनांना) दिले जाईल...
...अन् चोहीकडे अग्निज्वाला एकदमच प्रकट होईल..."

न्यूयॉर्क आणि वॉशिंग्टन ही दोन्ही शहरे पंचेचाळीसाव्या अक्षांशाच्या परिसरातच आहेत. न्यूयॉर्कमधील जागतिक व्यापार केंद्र आणि वॉशिंग्टनमधील पेंटॅगॉन हे मुख्य लष्करी कार्यालय या दोन्ही ठिकाणी अतिरेक्यांच्या घातपाती कारवायांमुळे आगीचे डोंब उसळले. ते कित्येक दिवस होते. दहशतवादी नेता ओसामा बिन लादेन हा अफगाणिस्तानातील दऱ्याखोऱ्यांत कुठेतरी दडून बसला आहे. त्याला आपल्या स्वाधीन करावे, असा अमेरिकेने सतत लकडा लावला. परंतु 'या घातपाती कृत्यात लादेनचा हात आहे, असा भक्कम पुरावा सादर करा. त्यावाचून आम्ही लादेनला हस्तांतरित

करणार नाही. मग युद्ध पेटले तरी पर्वा नाही,' असा जबाब अफगाणिस्तानच्या 'तालिबान' शासनाने पाठविला. जगातील अनेक देशांनी 'पुरावा द्या' हाच धोशा लावला. कालांतराने आता सर्वच गोष्टी उघड झाल्या आहेत. तेव्हा स्पष्टीकरणाची आवश्यकता नाही. शेवटच्या ओळीतील 'चोहीकडे प्रकटलेली ज्वाळा' म्हणजे अतिरेकी दहशतवाद्यांविरुद्ध जगातील अनेक देशांनी सुरू केलेली युद्धसदृश कारवाई म्हणता येईल. ही कारवाई म्हणजे तिसऱ्या जागतिक महायुद्धाची नांदीच म्हणावी लागेल.

तिसऱ्या महायुद्धाच्या संदर्भात नॉस्त्रादेमसने रचलेल्या सुमारे दोनशेसत्तर चतुष्पदींमध्ये तपशिलाने लिहिले आहे. नॉस्त्रादेमसप्रमाणेच जगातील अनेक नामवंत ज्योतिष्यांनीदेखील 'वृश्चिक' आणि 'तूळ' लग्नाच्या प्रभावाखाली असणाऱ्या देशांबद्दल विशेषत्वाने लिहिले आहे. त्याने चारशे वर्षांपूर्वी लिहिलेला आणि आता प्रत्यक्षात येत चाललेला हा तपशील अक्षरश: चक्रावून टाकणारा आहे.

दोन बलाढ्य मित्र... तिसरा रक्तपिपासू

'पंचवीस वर्षे किंवा त्याहून अधिक काळ चालणारे हे तिसरे महायुद्ध आतापर्यंत अनुभवलेल्या युद्धांपेक्षा कितीतरी अधिक विनाशकारी स्वरूपाचे असेल. शस्त्रास्त्रांच्या बाबतीत कोणताही विधिनिषेध बाळगला जाणार नाही. अण्वस्त्रे, रासायनिक अस्त्रे, जैविक अस्त्रे या सर्वांचा उपयोग मुक्त हस्ताने केला जाईल. मात्र, दीर्घ काळ रेंगाळणारे हे युद्ध तसे सलग लढले जाणार नाही. लहान-मोठे हप्ते असतील,' असे नॉस्त्रादेमसने नमूद केले आहे.

'या सर्व युद्धाचे मूळ मध्यपूर्वेतील देश आणि पूर्वेकडील महान प्राचीन देश– म्हणजेच चीन या दोन अतिभिन्न संस्कृती असणाऱ्या देशांची महत्त्वाकांक्षी आणि अभद्र युती असेल', असे मत त्याने व्यक्त केले आहे.

'विसाव्या शतकाच्या अखेरीस या युद्धाचे पडघम वाजू लागतील', असे त्याने गुरू आणि शनीच्या भ्रमणस्थानावरून सूचित केले आहे. या पहिल्या हप्त्यात अण्वस्त्रांचा उपयोग फारच मर्यादित प्रमाणात केला जाईल. 'मध्यपूर्व ते चीन आणि युरोपचा काही भूभाग या क्षेत्रात युद्ध सुरू होईल. हे युद्ध सुरू होण्यापूर्वी रशियात पुन्हा एकदा क्रांती घडून येईल', असे या सर्वांचे वर्णन करणारी नॉस्त्रादेमसची सहाव्या शतकातील दहावी चतुष्पदी खूपच काही सांगून जाते.

"...धर्म संकल्पनेचा गोंधळ... आणि धर्मांधता...
धर्मांधतेचा अतिरेक आणि दहशतवादाचा उदय...
... सत्यासत्यतेतील भेद समजण्याची पात्रता नष्ट होईल...
सुजन-दुर्जन दोघेही अतिरेकी होऊन विध्वंस करतील...

आगीचे डोंब उसळतील... रक्ताचा सडा... तीव्र दुष्काळ...
...सर्वत्र अन्नपाण्याची टंचाई... भयानक रोगराई... व्याकुळतेचे साम्राज्य...''

नॉस्त्रादेमसने सांगितलेल्या ग्रहभ्रमण स्थितीनुसार विसाव्या शतकाच्या अखेरीस पेटलेले 'आखाती युद्ध' (१९९२-१९९३) हा या तिसऱ्या महायुद्धाचा पहिला हप्ता ठरतो. इराकचा सर्वेसर्वा कर्नल सद्दाम हुसेन याने बऱ्याच कुरबुरीनंतर कशाचीही तमा न बाळगता कुवेतवर चढाई केली. कुवेतचे पाठीराखे अमेरिका आणि ग्रेट ब्रिटन लागलीच धावून गेले. त्यांनी इराकविरुद्ध युद्ध पुकारले. विमानातून बॉम्बहल्ले आणि क्षेपणास्त्रे यांचा मारा करून इराकचा फार मोठा भूप्रदेश बेचिराख करून टाकला. कुवेतची मुक्तता करताना सद्दाम हुसेनला नष्ट करण्यासाठी अमेरिकेने जंग जंग पछाडले. पण सद्दाम अद्याप त्यांचे हाती लागला नाही. त्याच्याजवळ रासायनिक आणि जैविक अस्त्रे निर्माण करण्याची यंत्रणा गुप्तपणे कार्यरत असावी, असा अमेरिका, ग्रेट ब्रिटन यांना फार पूर्वीपासून संशय आहे. परंतु अद्याप त्याबाबत काही मागमूस लागू शकलेला नाही. सद्दामवर अनेक निर्बंध लादण्यात आले. साहजिकच इराकमध्ये सर्वत्र भीषण दुष्काळ, अन्नान्न परिस्थिती, रोगराई आणि पिण्याच्या पाण्याची तीव्र टंचाई असे दृश्य सर्वत्र दिसून येते. हीच सारी परिस्थिती वरील चतुष्पदीत वर्णन केलेली आहे.

रशियन संघराज्याचे विघटन, कम्युनिझमची पीछेहाट आणि त्यानंतर घडून आलेले सत्तापालट सर्वांनाच ठाऊक आहेत. विघटनानंतर पूर्वी संघराज्यात असलेल्या चेचेन्यासारख्या अनेक छोट्या-मोठ्या राज्यांमध्ये सतत संघर्ष सुरू आहेत. ते याच महायुद्धाकडे अंगुलीनिर्देश करतात.

नॉस्त्रादेमसच्या दुसऱ्या शतकातील एकोणनव्वदावी चतुष्पदी लक्ष वेधून घेते.

''...एक दिवस ते दोन महान नेते परस्परांचे मित्र बनतील...
...त्यांची संयुक्त शक्ती फारच मोठी शक्ती बनेल...
...नव्या देशाचे सामर्थ्य पराकोटीला जाऊन पोहोचेल...
...साहजिकच तिसरा ख्रिस्तविरोधी रक्ताचा अत्यंत तहानेला होईल...''

यांतील 'दोन महान नेते' अमेरिका आणि रशिया. त्यांची संयुक्त शक्ती जबरदस्त असेल. तिसऱ्या ओळीतील 'नवा देश' म्हणजे अमेरिका. ('ला तेरे तू फुए' हा शब्दप्रयोग नॉस्त्रादेमसने अनेक ठिकाणी अमेरिकेला उद्देशून केला आहे.)

पहिले दोन ख्रिस्तविरोधी म्हणजे नेपोलिअन आणि ॲडॉल्फ हिटलर हे जाणकारांना ठाऊकच आहे. आता तिसरा ख्रिस्तविरोधक कोण असेल? ओसामा बिन लादेन? की अन्य कुणी?

□

“

२७.

रशियात पुन्हा राज्यक्रांती घडून येईल...

”

युनायटेड स्टेट्स ऑफ सोव्हिएत रिपब्लिक (USSR) अर्थात् रशियन संघराज्य ही जगातील दुसरी आणि अमेरिकेच्या तोडीस तोड अशी महासत्ता मानली जात होती. अणुऊर्जा आणि अवकाश विज्ञान या क्षेत्रात त्यांनी अमेरिकेच्या पुढे मजल मारली होती. विज्ञान क्षेत्रात मोठ्या दिमाखाने मोठमोठे शोध लावून दिग्विजय साजरे करणारी ही महासत्ता एकाएकी कोसळली. तेथील दुष्काळ, अन्नान्न दशा आणि निर्धन कंगाल परिस्थितीने कळस गाठला. साम्यवादी पक्षाच्या सौम्य गटाचे मिखाईल गोर्बाचेव्ह यांनी सरळ अमेरिकेचीच मदत मागितली आणि सर्व घटक राज्यांना आपापला निर्णय घेण्याची मुभा दिली. तीन-साडेतीन वर्षांत अमेरिकेने अन्नधान्य आणि नाणेनिधी अशी भरघोस मदत केली. परंतु संघराज्यातील जॉर्जिया, युक्रेन, बेलारूस, चेचेन्या, कजाकिस्तान, उजबेकिस्तान, तुर्कमेनिस्तान अशी अनेक छोटीमोठी राज्ये शस्त्रसामग्रीतील आपापला वाटा घेऊन बाहेर पडली. अर्थात वाटणी इतकी गोडीगुलाबीने किंवा समजूतदारपणे कधीच पार पडत नाही. स्वतंत्र होणाऱ्या काही घटक राष्ट्रांना निर्णय पटले नाहीत. पण ते महासत्तेच्या धाकामुळेच गप्प राहिले तर काहींनी शस्त्र हाती घेतले. अमेरिकन मदतीने या विद्रोहाचा बीमोड करण्यात आला. हा इतिहास आहे.

नॉस्त्रादेमसने मात्र चारशे वर्षांपूर्वीच या विसाव्या शतकाच्या अखेरीस घडणाऱ्या गोष्टी पाहिल्या होत्या आणि आपल्या ग्रहगणिताने पडताळून पाहिल्यानंतर त्या संबंधात चतुष्पदी रचली. पहिल्या शतकातील चौदावी चतुष्पदी सांगते –

"...रशियात पुन्हा राज्यक्रांती घडून येईल...
कामगार, मजूर वगैरे दलित रस्त्यावरच उतरतील...
सत्ताधारी तुरुंगात डांबले जातील...
काही विद्रोही मारले जातील... त्यांच्यासाठी प्रार्थना केली जाईल..."

दुसऱ्या ओळीतील रस्त्यावर उतरणे म्हणजे विद्रोह करणे आणि क्रांती घडवून आणणे. सत्ताधारी मिखाईल गोर्बाचेव्ह याला तुरुंगात डांबण्यात आले आणि प्रथमच साम्यवादी रशियात मृतात्म्यांना शांती मिळावी म्हणून प्रार्थना करण्यात आली. हा ख्रिश्चन आणि इतर धर्मांत पाळण्यात येणारा रिवाज रशिया साम्यवादी झाल्यानंतर कधीच पाळण्यात आला नव्हता. परंतु नॉस्त्रादेमसने तो घडून आलेला फरक बारकाव्याने नमूद केला आहे. चौथ्या शतकातील पंचाण्णव क्रमांकाची चतुष्पदीदेखील याच संदर्भात आहे –

"... दोघेच जण सत्तेवर राहतील... थोडाच वेळ...
तीन वर्षे सात महिन्यांनंतर युद्ध पेटेल...
दोन लहान देशांना त्यांची सत्ता मान्य नसेल, परंतु ते गप्प राहून तटस्थ राहतील...
शेवटी विजय मात्र पश्चिमेकडे असेल..."

यातील थोडाच वेळ सत्तेवर राहणारे दोघे म्हणजे मिखाईल गोर्बाचेव्ह आणि येल्त्सिन, तीन-साडेतीन वर्षांत कुरबुर सुरू झाली आणि काही भागांत युद्ध झाले. चेचेन्या, कजाकिस्तान, तुर्कमेनिस्तान वगैरे भागांत चकमकी उडाल्या. काही लहान घटक देश हे मान्य नसूनही तटस्थ राहिले. व्हासल्स (Vassals) म्हणजे लहान देश. नॉस्त्रादेमसने त्यासाठी (Vastals) असे भ्रष्टरूप हेतूपुरस्सर वापरले असावे.

रशिया या संघराज्याच्या पश्चिमेकडे आहे. तेव्हा विजय पश्चिमेकडे आहे हा इतिहासच आहे. शिवाय त्यांनी अमेरिकेची मदत घेतली होती. अमेरिका तर साऱ्या जगाच्या पश्चिमेकडे आहे. मात्र हे सारे घडूनदेखील विज्ञान, तंत्रज्ञान आणि अद्ययावत शस्त्रास्त्रे यांच्या बाबतीत रशिया आजदेखील बलाढ्य राष्ट्र आहे.

साम्राज्याला विळखा घालणारा प्रचंड अजगर...

तिसऱ्या महायुद्धात घडून येणाऱ्या अनेक घटनांचा तपशील नॉस्त्रादेमसने लिहून ठेवला आहे. त्या सर्व घटनांबाबत त्याने नमूद केलेली महत्त्वाची टीप म्हणजे 'हे युद्ध सलग असे कधीच लढले जाणार नाही. टप्प्या-टप्प्याने लढती आकार घेत जातील.' अनेक अंक असणारे नाटक आणि त्याच्या प्रत्येक अंकात अनेक लहान-मोठे प्रवेश असे त्याचे स्वरूप असेल. परंतु एकूण सारे नाटक भयानक शोकापर्यवसायी

असेल यात शंकाच नाही.

जागतिक रंगभूमीवर सादर केल्या जाणाऱ्या या चित्तथरारक भीषण नाटकाच्या तिसऱ्या-चौथ्या अंकांत म्हणजे महायुद्धाच्या तिसऱ्या-चौथ्या टप्प्यांत मध्यपूर्वेत एका महासामर्थ्यवान अरब नेत्याचा उदय होईल, असे नॉस्त्रादेमसने स्पष्टपणे नमूद केले आहे. परंतु हा नेता निश्चितपणे कोण अथवा त्याचे नाव-गाव याबद्दल मात्र तो काही माहिती सांगत नाही. फक्त त्याचे कर्तृत्व स्वच्छ आणि निःसंदिग्ध शब्दांत वर्णन करतो.

पाचव्या शतकातील पंचविसावी चतुष्पदी सांगते–

"...रवीसमवेत शुक्र-बुध-मंगळ सिंह राशीत प्रवेश करतील...
अरब नेता युरोपातील ख्रिश्चन सत्ता समुद्रात बुडवील...
सुमारे दशलक्ष सैन्यासह इराणमध्ये प्रवेश करील...
इजिप्त, बायझंटाइन साम्राज्याला विळखा घालणारा प्रचंड अजगर..."

नाट्यातील हा भाग किंवा हे दोन-तीन प्रवेश केव्हा सादर केले जातील याची (जाणकारांना) साधारण कल्पना यावी, म्हणून नॉस्त्रादेमसने त्या काळातील आकाशस्थ ग्रहस्थिती वर्णन केली आहे. रवीसमवेत शुक्र-बुध-मंगळ सिंहराशीत प्रवेश करतील, असा संकेत त्याने जाणकारांसाठी नमूद केला आहे.

या ग्रहभ्रमणाचे गणित मांडले तर इ.स. २०१७च्या मध्यावधीत ही ग्रहस्थिती निर्माण झालेली असेल. परंतु ज्योतिषकथन करणाऱ्या बहुतेक जाणकारांचा अनुभव असा आहे की जेव्हा एखादी ग्रहस्थिती–एखादा ग्रहयोग काही घटना घडून येणार असल्याचे सुचवितो, तेव्हा त्याची पूर्वतयारी थोडी अगोदरच सुरू होते. 'Coming events cast their shadows before' अशी एक इंग्रजी म्हण आहे. त्यातलाच हा प्रकार आहे. म्हणजेच साधारणतः इ. स. २०१५ ते २०१७च्या आसपास हा प्रवेश सुरू व्हावा. दुसऱ्या ओळीतील व्हॅटिकन चर्चची सत्ता म्हणजेच युरोपातील प्राचीन परंपरा असलेले इटली, ग्रीस, फ्रान्स वगैरे देश. अरब नेता या देशांवर हल्ला करून त्यांना पराभूत करील. तिसऱ्या ओळीत तो इराणवर हल्ला करून प्राचीन संस्कृती असलेला महान देश उद्ध्वस्त करील आणि नंतर तितकीच प्राचीन संस्कृती आणि परंपरा असलेले इजिप्त आणि तुर्कस्तान (नॉस्त्रादेमसचा बायझंटाइन) हे देश उद्ध्वस्त करील.

स्वतः नॉस्त्रादेमसला प्राचीन सांस्कृतिक परंपरेबद्दल आत्यंतिक आदर आणि प्रेम असल्यामुळेच या चांगल्या गोष्टी उद्ध्वस्त करणाऱ्याला तो चौथ्या ओळीत 'विळखा घालणारा ओंगळ अजगर' अशी किळसवाण्या सापाची उपमा देतो. हे सारे घडताना अनेक देश युद्धात ओढले जातील. भयानक रक्तपात होईल. प्रचंड प्राणहानी होईल

आणि हा सारा अनर्थ ज्यांना उघड्या डोळ्यांनी पाहावा लागेल, त्या सर्वांना याची कल्पनादेखील करणे भयावह वाटेल. या साऱ्या थरार-नाट्याला पूरक अशी आणखी एक चतुष्पदी नॉस्त्रादेमसने रचलेली आढळते. आठव्या शतकातील सत्तरावी चतुष्पदी सांगते–

"...अत्यंत बदनाम, विकृत मनोवृत्तीचा मेसापोटेमियाचा नेता प्रवेश करील...
साऱ्या युरोपच्या भूमीवर जणू बलात्कार करून सर्वत्र आपल्या सग्यासोयऱ्यांना सत्तेवर नेमेल...
"युरोपच्या कलंकित भूमीवर हा अत्याचार सुरू असताना (फ्रान्स) साऱ्या दुनियेला लागलेला काळाकुट्ट डाग म्हणूनच ओळखला जाईल..."

नॉस्त्रादेमसच्या काळातील मेसोपोटेमिया म्हणजे आताचा इराक. गेली आठ-दहा वर्षे अमेरिका आणि ग्रेट ब्रिटन इराकचा नेता कर्नल सद्दाम हुसेन याचे उच्चाटन करण्याच्या प्रयत्नात मग्न आहेत. परंतु भगीरथ प्रयत्न करूनही त्यांना अद्याप यश आलेले नाही. सद्दामकडे रासायनिक आणि जैविक बॉम्ब बनविण्याचे अद्ययावत तंत्रज्ञान आहे, असा त्यांना दाट संशय आहे. परंतु अद्याप त्याचा ठावठिकाणा लागलेला नाही. सद्दामच्या इराकवर सतत बॉम्बफेक आणि क्षेपणास्त्रे डागल्यामुळे इराकचा सध्या तरी साक्षात नरक बनला आहे. साहजिकच सद्दाम पुरता पाश्चिमात्य द्वेष्टा बनला आहे. पाश्चात्त्यांच्या सततच्या प्रचारामुळे तो दुष्कीर्त आणि बदनामही झाला आहे. त्याचा राग त्याच्या मनात असणारच. नॉस्त्रादेमसच्या चतुष्पदीत बदनाम, दुष्कीर्त मेसोपोटेमियाच्या (इराकच्या) नेत्याचा स्पष्ट उल्लेख आहे आणि दुसरे म्हणजे दुनियेत आजवर घडलेल्या घटनांचा अभ्यास करून निष्कर्ष काढला तर दुसऱ्या देशात जाऊन त्यांच्यावर आक्रमण करून तेथील साऱ्या सांस्कृतिक गोष्टींचा विद्ध्वंस करणे हा अरब आक्रमकांचा, आत्ताच्या भाषेत अतिरेक्यांचा स्वभावच आहे. तेव्हा सद्दामला जर संधी उपलब्ध झाली तर तो हे निश्चितच करील याबद्दल शंका वाटत नाही. तो बहुतांश युरोप उद्ध्वस्त केल्यावाचून राहणार नाही. परंतु नॉस्त्रादेमसला अभिप्रेत असलेला अरब नेता तोच आहे की आणखी कुणी याबद्दल स्पष्ट मत देता येणार नाही. कोण असेल तो?

नॉस्त्रादेमस– कथित नियतीचे हे खेळ फक्त दुरून पाहण्याखेरीज आपण काय करू शकतो?

□

“

२८.

सर्वत्र आगीचे डोंब उसळतील

”

मध्यपूर्वेत अरब हुकूमशहाचा उदय झाल्यानंतर तिसऱ्या महायुद्धाची तीव्रता वाढेल. इराणपासून तुर्कस्तान-इजिप्तपर्यंत त्याचा उच्छाद सुरू होईल. स्वाभाविकच त्याचे पडसाद उत्तर आफ्रिकेत आणि मध्यपूर्व आफ्रिकेत उमटल्यावाचून राहणार नाहीत. सर्वत्र आगीचे डोंब उसळतील आणि अक्षरश: महायुद्ध पेटलेले दिसून येईल. (कर्नल सद्दाम हुसेनने कुवेत सोडताना तेथील दोन हजारांवर खनिज तेलाच्या विहिरींना आग लावून दिली. ती विझवण्यासाठी दोन-अडीच वर्षे अहोरात्र परिश्रम करावे लागले होते ही गोष्ट बहुतेकांच्या स्मरणात असेलच.) उत्तर आफ्रिकेतील मोरोक्कोचा सुलतान जन्माने अरबवंशीय असला तरी वृत्तीने तो पाश्चात्त्य धार्जिणा आहे, असे मध्यपूर्वेतील अरब जगताचे मत आहे. साहजिकच मध्यपूर्वेतील अरब राज्ये त्याला ‘आपल्यातला’ मानत नाहीत.

या परिस्थितीबाबत नॉस्त्रादेमसने रचलेली सहाव्या शतकातील चोपन्नाव्या क्रमांकाची चतुष्पदी सांगते –

“...कोंबडा आरवताना मोरोक्को-ट्यूनिशियावर आक्रमण होईल...
मोरोक्कोच्या सुलतानाला अरब आक्रमक हाकलून लावतील...
सर्वत्र आगीचे डोंब उसळतील...
मध्यपूर्व आफ्रिकेला आगीच्या पडछाया भेडसावतील...”

ही चतुष्पदी फसलेली आहे, असाच कौल जगातील बहुतेक सर्वच समीक्षकांनी

दिला आहे. त्यांच्या मते, सतराव्या शतकाला अनुलक्षूनच नॉस्त्रादेमसने ही चतुष्पदी रचली होती आणि सतराव्या शतकात असा काही युद्धप्रसंग उद्‌भवलाच नाही. चतुष्पदीच्या चौथ्या ओळीत (litwrgy) असा शब्द नॉस्त्रादेमसने योजला आहे आणि या शब्दाचा अन्वयार्थ कुणाही समीक्षकाला अद्याप लावता आला नाही. त्यामुळे चतुष्पदीचा कालनिर्णय करणे कुणालाच जमले नाही. आणि ते खरोखरच फार अवघड आहे. परंतु एकंदरीत या संभाव्य तिसऱ्या महायुद्धातील हालचालींचा अभ्यास केला तर मध्यपूर्वेत उदयाला येणारा अरब हुकूमशहा नॉस्त्रादेमसने वर्णन केलाच आहे. तो अत्यंत महत्त्वाकांक्षी असणार हे सांगण्याची आवश्यकता नाही. मध्यपूर्वेवर कब्जा बसविल्यानंतर तो आफ्रिकेकडे नजर वळविण्यास मुळीच कचरणार नाही. तेव्हा इ. स. २०१५-१७च्या आसपास त्याच्या उपद्‌व्यापी हालचाली सुरू होतील. त्याच सुमारास तो आफ्रिकेत पदार्पण करील, असे अनुमान करण्यास प्रत्यवाय नाही. महत्त्वाकांक्षेने झपाटलेल्या या अरब नेत्याला रक्तपात आणि प्राणहानी कस्पटासमान असेल. तो पाश्चिमात्य धार्जिण्या मोरोक्कोच्या सुलतानाला हाकलून लावील, असा अंदाज करावयास काहीच हरकत नाही. परंतु केवळ अनुमान आणि अंदाज इतकेच. निश्चित कालनिर्णय नॉस्त्रादेमसच्या लिखाणात आढळत नाही.

मध्यपूर्व आणि उत्तर आफ्रिकेतील विजयाने धुंदावलेले अरब त्यानंतर इस्त्रायलवर हल्ला करतील आणि दुसऱ्या महायुद्धानंतर त्यांच्या भूमीचे लचके तोडून निर्माण केलेल्या इस्त्रायल या ज्यू देशाचा संपूर्ण पराभव करतील. इस्त्रायली सैनिक कितीही कडवे असले आणि त्यांचे युद्धतंत्र कितीही प्रगत असले तरी त्यांच्या कित्येक पटींनी अधिक असणाऱ्या अरब सैन्याचा मुकाबला करणे त्यांना शक्य होणार नाही. इस्त्रायल निर्मितीचा सूड म्हणून अरब संपूर्ण इस्त्रायल बेचिराख करून टाकतील. मनसोक्त सूड घेतील. ज्यू धर्मीयांची नवनिर्मित मातृभूमी उद्‌ध्वस्त केली जाईल. अगतिक ज्यू धर्मीय परागंदा होऊन इतरत्र आसरा घेतील.

नॉस्त्रादेमसच्या आठव्या शतकातील शहाण्णव क्रमांकाची चतुष्पदी सांगते –

"...संततीहीन वांझोटे सिनगॉग...
धर्मनिंदक पाखंडी पवित्र सिनगॉगचा ताबा घेतील...
बाबिलोनचे अरब ज्यू कन्येचा छळ मांडतील...
तिचे पंखच छाटून टाकतील..."

सिनगॉग म्हणजे ज्यू धर्मीयांचे प्रार्थनास्थळ. दुसऱ्या ओळीतील धर्मनिंदक पाखंडी म्हणजे इस्त्रायलचा द्वेष करणारे सभोवतालचे अरब.

तिसऱ्या ओळीतील बाबिलोन म्हणजे आजचा इराकचा परिसर. तेथील लोक म्हणजे अरब. इस्त्रायल ही ज्यू धर्मीयांची मातृभूमी अलीकडे निर्माण झाली. म्हणून

तिला माता न म्हणता कन्यका म्हणून संबोधले. अरब देश इस्त्रायलचा छळ मांडतील. नॉस्त्रादेमस स्वतः ज्यू वंशाचा होता. साहजिकच त्याला ज्यू मातृभूमी ही परीसमान वाटते आणि हे अरब तिची प्रगती होऊ देत नाहीत, म्हणजे त्या सुंदर परीचे पंख छाटतात, अशी काव्यमय कल्पना चौथ्या ओळीत आहे. स्वतःच्या म्हणजेच ज्यू लोकांच्या मातृभूमीबाबत बोलताना नॉस्त्रादेमस हळवा होतो आणि अतिशय काव्यमय रचना करतो आणि या महान द्रष्टा आणि योगी असलेल्या माणसाला आपल्या मातृभूमीचा सर्वनाश होणार हे ठाऊक असूनही काही उपाय सुचविणे शक्य होत नाही. त्या भविष्यात बदल करता येत नाही. यालाच म्हणतात अटळ नियती.

□

“

२९.

इ. स. २००९मध्ये जैविक युद्ध होईल?

”

‘मध्यपूर्वेत उदयाला आलेला अतिरेकी नेता इराणपासून इजिप्त-तुर्कस्तानापर्यंत सारा मुलूख उजाड करीत उत्तर आफ्रिकेत पदार्पण करील आणि पाश्चिमात्य धार्जिण्या मोरोक्कोच्या सुलतानाला हाकलून लावून मोरोक्को-ट्यूनिशिया वगैरे परिसरात आपला अंमल बसवील. त्याचा मुख्य रोख अर्थातच युरोपमधील ख्रिश्चन राष्ट्रांवरच असेल,’ असे स्पष्ट मत नॉस्त्रादेमसने आपल्या अनेक चतुष्पदींमध्ये नमूद केले आहे.

सहाव्या शतकातील ऐंशी क्रमांकाची चतुष्पदी सांगते –

“...फेजच्या राज्यापासून युरोपपर्यंत पसरत जाईल...
...जळणारी शहरे आणि तळपणारी तलवार...
आशियाई हुकूमशहा जमीन आणि समुद्रावरून आक्रमण करील...
...क्रूसाचे मात्र मरण ओढवलेले असेल...”

मध्यपूर्वेतील रांगडे धर्मांध अतिरेकी सूडाने पेटलेले असतील. गेली काही वर्षे युरोपातील प्रगत देशांनी मध्यपूर्वेतील देशांवर अनन्वित अत्याचार केले आणि त्यांना पिळून काढले, हा इतिहास आहे आणि त्याचाच परिपाक म्हणून की काय, या तिसऱ्या महायुद्धाचे पुष्कळसे स्वरूप आशियाई विरुद्ध युरोपीय पाश्चिमात्य राष्ट्रे असेच काहीसे असणार.

पहिल्या ओळीतील राजा फेज हा इराणचा बादशहा; म्हणजे या युद्धाची व्याप्ती इराणपासून सारा मध्यपूर्व आशिया, उत्तर आफ्रिका आणि तेथून भूमध्य समुद्र ओलांडून युरोपीय देशात प्रवेश करील. साराच भाग युद्धात बेचिराख होईल. शेवटची

चौथी ओळ अधिक बोलकी आहे. 'क्रूसाचे मरण ओढवेल' याचा अर्थ लावणे फारसे अवघड नाही. जुनी ख्रिश्चन परंपरा असलेले इटली, ऑस्ट्रिया, फ्रान्स वगैरे देश चौथ्या ओळीने ध्वनित केले आहेत.

या चतुष्पदीला पूरक असणारी आणि या तिसऱ्या महायुद्धाचा अधिक तपशील पुरविणारी सहाव्या शतकातील पाचवी चतुष्पदी सांगते –

"...तीव्र दुष्काळ, सतत पाऊस, अनेक रोगांची साथ...
...उत्तर गोलार्धाचे सारे आर्क्टिक वर्तुळ दूषित होईल...
उत्तर गोलार्धावर शंभर लीग उंचीवर सामारोब्रिन...
...कायदा, नीतिमत्ता कशाचेच काही बंधन नाही..."

ही चतुष्पदी अधिकच लक्ष वेधून घेते. उत्तर गोलार्धातील उत्तर ध्रुवासभोतालचा प्रवेश आर्क्टिक वर्तुळ म्हणून ओळखला जातो. (पृथ्वी गोल वर्तुळाकार आहे, ही कल्पना नॉस्त्रादेमसच्या काळात शास्त्रज्ञांनादेखील मान्य नव्हती. परंतु नॉस्त्रादेमसचे हे आर्क्टिक वर्तुळ आणि उत्तर गोलार्ध हे शब्द त्याच्या द्रष्टेपणाबद्दल बरेच काही सांगून जातात.) हा सारा भाग तीव्र दुष्काळ, अतिपाऊस आणि रोगराईने उद्ध्वस्त होईल, असे सांगून नॉस्त्रादेमस थांबत नाही. तिसऱ्या ओळीतील 'सामारोब्रिन' हा शब्द लक्ष वेधून घेतो.

नॉस्त्रादेमसच्या काळात अवकाश विज्ञान नव्हतेच आणि त्यामुळे अवकाशातील स्थानक (Space Station) ही कल्पना त्याला असणे शक्यच नाही. परंतु त्याच्या जवळपास जाईल असे वर्णन करताना त्याने 'सामारोब्रिन' म्हणजे 'प्रचंड आकाराची आकाशात उडणारी वावडी' असा शब्द योजला आहे.

हे अवकाशस्थानक (नॉस्त्रादेमसचे सामारोब्रिन) शंभर लीग उंचीवरून आकाशात घिरट्या घालीत उत्तर गोलार्धावरून फिरत आहे, असे तो वर्णन करतो. शंभर 'लीग' म्हणजे सुमारे दोनशेसत्तर मैल इतकी उंची होते आणि अवकाशस्थानक तेथे व्यवस्थित राहू शकेल हे आजचे विज्ञान सांगते, हे पाहता नॉस्त्रादेमसच्या अचूकतेबद्दल विस्मय वाटल्यावाचून राहात नाही. या अवकाशयानातून जैविक युद्ध केल जात असल्याचे हे वर्णन आहे. तेथून साऱ्या रोगराईच्या साथी उत्तर गोलार्धात, युरोपमध्ये आणि रशिया-अमेरिकेत पसरविल्या जातील, असे नॉस्त्रादेमस सांगतो.

या घटनेच्या कालावधीचा विचार केल्यास जेव्हा शनी हा ग्रह सिंहराशीतून भ्रमण करील, तेव्हा म्हणजे साधारणत: इ. स. २००९-२०१० या कालावधीत अथवा त्या सुमारास घडावे. ...काय काय होईल तेव्हा?

'पश्चिम जिंकेल...' 'पूर्व' कच खाईल...

शांत, नीरव रात्री आपण आपल्या अभ्यासिकेत एकाकी बसून मन एकाग्र

करण्याचा प्रयत्न केला, असे आपल्या 'सेंच्युरीज' या ग्रंथाच्या पहिल्याच चतुष्पदीत नॉस्त्रादेमसने साधनेबद्दल सांगितले आहे. दुसऱ्या चतुष्पदीत म्हटले आहे -

"...समोर पितळी परातीत ठेवलेल्या पाण्यात हातातील छडीने तरंग निर्माण केले. पाणी हळूहळू धूसर होत गेले आणि त्यात हळूहळू प्रतिमाचित्रे दिसू लागली... सारी अभ्यासिका दाट धुक्याने भरून गेली आणि शेजारी बसलेल्या देवदूताची वाणी प्रतिमाचित्रांचे स्पष्टीकरण देऊ लागली..."

या पद्धतीने रोज मध्यरात्रीच्या शांत वेळी त्याने चित्त एकाग्र करून– समाधी लावून साऱ्या चतुष्पदींत ग्रथित केलेली भविष्यवाणी जाणून घेतली. हे करताना त्याला जाणवलेली स्वत:ची अवस्था – स्वत:चा अनुभव त्याने तिसऱ्या शतकातील दुसऱ्या चतुष्पदीत वर्णन केला आहे–

"...दैवी वाणी साऱ्या विश्वाला नियत करणारी...
... ही गूढ शक्ती म्हणजेच नियती...
...शरीर, प्राण, आत्मा, सारेच भारून गेलेले...
... सारे विश्व माझ्या चरणांजवळ..."

या चतुष्पदीकडे बहुतेक समीक्षकांनी दुर्लक्ष तरी केले आहे अथवा त्याबद्दल काही बोलण्याचे टाळले तरी आहे. नॉस्त्रादेमसने या चतुष्पदीत कथन केलेले अनुभव आपल्याकडील योगसाधना करणाऱ्यांच्या अनुभवासारखेच आहेत.

पहिल्या ओळीत त्याला समाधी अवस्थेत ऐकू येणारी देवदूताची वाणी ही दैवी वाणी, देवदूताने केलेले कथन, अर्थातच ईश्वरी इच्छेनुसार सांगितलेले भविष्यकथन आहे.

त्या इच्छेनुसार सारे विश्व आणि विश्वातील प्रत्येक गोष्ट घडत आहे याचे आश्चर्य वाटण्याचे कारण नाही.

तिसऱ्या ओळीतील भारून गेलेली अवस्था ही साधकाची अवस्था आहे. शेवटच्या ओळीत नॉस्त्रादेमस 'सारे विश्व आपल्या चरणांजवळ' असल्याचे सांगतो. समाधी अवस्थेत योगसाधकांचा आत्मा विमुक्त होऊन शरीराबाहेर येतो आणि अवकाशात संचार करतो, असे या विद्येचे जाणकार सांगतात.

नॉस्त्रादेमसच्या समाधी अवस्थेत त्याचा आत्मा अंतराळात संचार करीत असावा. साहजिकच त्याला आपले स्वत:चे शरीर, सारे विश्व चरणांजवळ असल्याचे जाणवले असावे. त्याला भारतीय योगसाधनेची माहिती असण्याचे कारण नाही. म्हणूनच त्याने जमेल तितके वास्तव वर्णन केले आहे.

नॉस्त्रादेमसचा हा अनुभव आपल्याकडील योगसाधकांच्या अनुभवाशी मिळताजुळता आहे आणि त्या अवस्थेत देवदूताकडून मिळालेली माहिती सहसा चूक असणार नाही.

चूक झालीच तर ती अन्वयार्थ लावणाऱ्यांकडूनच होण्याचा संभव अधिक, याचा प्रत्यय गेल्या साडेचारशे वर्षांत सतत आला आहे, 'तिसऱ्या महायुद्धा'बाबत वेगळे काय घडणार?

तिसऱ्या महायुद्धाचे वर्णन करताना नॉस्त्रादेमसने युद्धाचे स्वरूप पाश्चिमात्य राष्ट्रे विरुद्ध आशियाई राष्ट्रे असे काहीसे असल्याचे म्हटले आहे. त्यात मध्यपूर्वेतील अरब आणि अतिपूर्वेकडील चिनी या दोन पूर्णपणे भिन्न असलेल्या संस्कृतींच्या जमातींची अभद्र युती होईल, असेही भविष्यकथन केले आहे.

आठव्या शतकातील एकोणसाठाव्या चतुष्पदीत नॉस्त्रादेमस म्हणतो–

"...दोन वेळा आक्रमक पूर्व विजय मिळवील...
... तर दोन वेळा पश्चिमेकडून पराभूत होईल...
...पश्चिम खिळखिळी होईल. परंतु समुद्रावर विजयी होईल...
...ऐन वेळी पूर्व कच खाईल..."

या चतुष्पदीतील "पूर्व" म्हणजे मध्यपूर्वेतील उदयाला आलेल्या अरब नेत्याच्या नेतृत्वाखाली असलेले अरब आणि चिनी सैन्य. "पश्चिम" म्हणजे पाश्चिमात्य ख्रिश्चन राष्ट्रांची सेना. पौर्वात्यांच्या आक्रमणाने कमजोर झालेली पाश्चिमात्य राष्ट्रे भूमध्य समुद्रात पौर्वात्य आरमाराचा पराभव करतील आणि साहजिकच पौर्वात्य सैन्य कच खाईल. इ. स. २०१५ ते २०१७च्या सुमारास या घटना घडून येण्याची शक्यता आहे, असे ग्रहस्थिती सांगते.

☐

“

३०.

इजिप्तमध्ये भूकंपाचे थैमान होईल

”

तिसऱ्या ख्रिश्चन विरोधकाने जगभरातील देशांत घडवून आणलेल्या घातपाती कारवायांमुळे तिसऱ्या महायुद्धाला प्रारंभ होईल आणि हे युद्ध अघोषित युद्ध असेल आणि टप्प्याटप्प्याने लढले जाईल हा संदर्भ पूर्वी येऊन गेलाच आहे. मध्यपूर्व, आफ्रिकेचा उत्तर भाग, युरोप आणि भूमध्य समुद्र हे या युद्धाचे मुख्य क्षेत्र असणार आहे.

तिसरा ख्रिश्चन विरोधक–अतिरेकी नेता चिनी सेनेसह इराण-इजिप्त-तुर्कस्तान करीत युरोपात धुडगूस घालील हाही संदर्भ येऊन गेला आहे. त्याच्या दोन-तीन आक्रमणांमुळे पश्चिमी ख्रिश्चन राष्ट्रांच्या संयुक्त सेनादलाची शक्ती क्षीण होईल आणि त्या वेळी पौर्वात्य अतिरेकी आरमाराची पाश्चिमात्यांच्या नौदलासमवेत भूमध्य समुद्रात जवळ जवळ निर्णायक लढाई होईल. या नौदलाच्या युद्धासंबंधी नॉस्त्रादेमसच्या दोन चतुष्पदी मोठ्या बोलक्या आहेत. दुसऱ्या शतकातील शहाऐंशी क्रमांकाची चतुष्पदी सांगते–

“ग्रीसजवळ ॲड्रिॲटिक समुद्रात फ्रेंच नौदल विस्कळीत होईल...
त्याच वेळी भूकंप होतील... समुद्र खवळेल...
इजिप्तमध्ये भूकंपाचे थैमान सुरू होईल त्या वेळी
समोरून पौर्वात्य नौदल ‘शरण या’ म्हणून खलिता पाठवील...”

पौर्वात्य आणि पाश्चिमात्य आरमारांची ग्रीसजवळच्या समुद्रात समोरासमोर गाठ पडेल अन् त्या वेळी अतिरेक्यांचे पौर्वात्य नौदल विस्कळीत झालेल्या पाश्चिमात्य आरमाराला दमदाटी करू लागेल, असा अर्थ या चतुष्पदीतून ध्वनित होतो.

या वेळेपर्यंत अतिरेकी पौर्वात्य नेत्याला नशीब अनुकूल असल्यामुळे जमिनीवरील लढायांत त्याची सरशी होत जाईल. परंतु या भूकंपाच्या प्रसंगानंतर नशीब त्याच्या बाजूचे राहणार नाही, असा कौल नॉस्त्रादेमसच्या चतुष्पदीत आढळतो. याच प्रसंगावर आधारलेली तिसऱ्या शतकातील तेविसावी चतुष्पदी सांगते –

"...माझ्या मातृभूमीचे नौदल ईशान्य भूमध्य समुद्र ओलांडून जाईल...
ते जमीन आणि पौर्वात्य आरमार यांच्या दरम्यान विसावलेले असेल...
ग्रीसजवळच्या सागरात अतिरेक्यांचे आरमार चाल करून येईल...
परंतु पौर्वात्य नौदलाचा संपूर्ण पाडाव होईल..."

या नाविक युद्धाचा संदर्भ यापूर्वी एका चतुष्पदीत येऊन गेला आहे.

युद्धाच्या प्रारंभीच्या काळात भारत शक्यतो तटस्थ राहण्याचा यत्न करील. युद्धात भाग घेणार नाही, असे नॉस्त्रादेमस म्हणतो. भारतीय जमात ही स्वभावत: शांतताप्रिय आणि परधर्मसहिष्णू असल्यामुळे युद्ध टाळण्याचा आटोकाट यत्न करील. परंतु जेव्हा दोन्ही बाजूचे शेजारी युद्धमान होतील तेव्हा भारताला झळ पोहोचणारच. तशी ती आतादेखील बऱ्याच प्रमाणात पोहोचते आहे आणि म्हटले तर सरहद्दीवर अघोषित युद्धच लढले जात आहे. फक्त शत्रू कुणी देश नसून अतिरेकी या नावाखाली भारतविरोधी कारवाया करीत आहेत. हे सतत असेच चालत राहणार आणि त्यात काही कमी न होता वाढच होत जाणार. केव्हातरी भारताचा संयम सुटणारच आणि मग नव्यानेच उदयाला आलेला भारतीय नेता उघडपणे सेना घेऊन बाहेर पडेल. कारण या कारवायांचा समूळ नि:पात करणे ही काळजी गरज होऊन बसेल.

नॉस्त्रादेमसच्या दुसऱ्या शतकातील एकोणिसावी चतुष्पदी सांगते–

"...शेवटी तो पूर्वेचा माणूस बाहेर पडेल...
नद्या, पर्वत ओलांडून युरोपमध्ये, फ्रान्सपर्यंत येईल...
हवेतून उड्डाण करील... समुद्र उल्लंघून जाईल...
हातातील दांडुक्याने सर्वांना ठार मारील."

चतुष्पदीतील सारेच वर्णन स्पष्ट आहे. त्यामुळे काहीही खुलासा देण्याची आवश्यकता नाही. दंडुका हे काहीतरी लेसर किरण टाकणारे अथवा तत्सम अघोरी शस्त्र निर्माण होणार असावे. फक्त एकच गोष्ट चतुष्पदी वाचताना लक्षात येते ती अशी की नॉस्त्रादेमस सतत फ्रान्सचा उल्लेख करतो. जणू फ्रान्स हा जगाचा मध्यबिंदूच आहे. परंतु त्या चारशे वर्षांपूर्वीच्या काळाचा विचार केला तर सर्वांनाच तसे वाटत होते. कोलंबसालाही आपला देश जगाचा मध्यबिंदू वाटत होता. इंग्रजांनी जगाचे अक्षांश-रेखांश ठरविताना 'ग्रीनिज' हा जगाचा मध्यबिंदू मानून जगाचे भौगोलिक रेखाटन केले आहे.

□

“

३१.

चंद्रकोरीचा पराभव होईल

”

नॉस्त्रादेमसने सांकेतिक भाषेत रचलेल्या चतुष्पदीतील भविष्यकथन आणि आकाशस्थ ग्रहांची भ्रमण अवस्था यांची सांगड घालण्याचा यत्न केला तर ढोबळ मानाने इ. स. २०१५ ते इ. स. २०२० हा पाच-सात वर्षांचा कालावधी महत्त्वाचा ठरतो. या कालावधीत तिसऱ्या महायुद्धाचे रंग हळूहळू स्पष्ट होत जातील.

या कालावधीत युरोपातील भूमीवर आणि भूमध्य समुद्राच्या किनाऱ्यावर ठिकठिकाणी लढाया आणि रक्तपात सुरूच असेल.

या युद्धाला आळा घालण्यासाठी अमेरिका आणि रशिया हे दोन बलाढ्य पाश्चिमात्य देश पुन्हा एकदा लष्करी युती करतील.

ही लष्करी युती मध्यपूर्वेतील अरब अतिरेकी आणि पौर्वात्य चिनी यांच्या संयुक्त सेनेविरुद्ध आघाडी उघडेल. या घटनेपूर्वीच भूमध्य समुद्रात पाश्चिमात्य देशांच्या नौदलाने पौर्वात्य आरमाराचा दारुण पराभव केलेला असेल.

साहजिकच त्यांचे मनोधैर्य काहीसे खचलेले असेल. त्यांचा स्वत:च्या कर्तृत्वाबद्दलचा आत्मविश्वास डळमळू लागेल. त्याबद्दल नॉस्त्रादेमसने सहाव्या शतकातील एकविसाव्या चतुष्पदीत महत्त्वाचे निवेदन केले आहे–

“...उत्तर ध्रुवाजवळील दोघे हातमिळवणी करतील...
पूर्वेत भीतीचे साम्राज्य पसरेल...
पूर्वेचा नेता आपल्या जागी नवा नेता निवडील...

ऱ्होडस आणि बायझंटाइन हे अतिरेकी रक्ताने न्हाऊन निघतील...''

पहिल्या ओळीतील उत्तर ध्रुवाजवळील दोघे म्हणजे अमेरिका आणि रशिया हे दोन बलाढ्य देश. उत्तर ध्रुवावरून हे दोन देश एकमेकांच्या अगदी जवळ आहेत आणि या दोन महाशक्तींच्या लष्करी युतीमुळे पौर्वात्य अतिरेकी नेत्याच्या उरात धडकी भरेल. त्याचा आत्मविश्वास यापूर्वीच डळमळीत झाल्यामुळे तो आपल्या जागी दुसऱ्या नेत्याची निवड करील आणि स्वत: नेतृत्व सोडून देईल.चौथ्या ओळीतील ऱ्होडस नदी म्हणजे ग्रीस देश आणि प्राचीन बायझंटाइन साम्राज्य म्हणजे हल्लीचा तुर्कस्तान, या परिसरात अतिरेकी रक्ताचा सडा पडेल याचा अर्थ या परिसरात पौर्वात्य अतिरेकी सेनांची भयानक प्राणहानी होईल.

या साऱ्या घडामोडी इ. स. २०२०च्या आसपास घडू लागतील. त्या वेळी तिसऱ्या महायुद्धाचा शेवट जवळ आलेला असेल. त्या संदर्भात नॉस्त्रादेमसच्या तिसऱ्या शतकातील चौथी चतुष्पदी लक्षणीय आहे -

''...ज्या वेळी चंद्रकोर पराभवाच्या जवळ आलेली असेल...
त्या वेळी ते दोघे एकमेकांपासून दूर नसतील...
अतिशय थंडी, दुष्काळ... सीमेवर भयाचे सावट पसरलेले असेल...
भविष्यवाणीच्या जन्मभूमीत भीतीचे साम्राज्य पसरलेले असेल...''

तिसरे महायुद्ध पेटविणारे बहुसंख्य अतिरेकी हे मध्यपूर्वेतील अरब राष्ट्रांचे नागरिक आहेत ही गोष्ट 'उघड गुपित' आहे आणि साऱ्या जगाला ज्ञात आहे.

बहुतेक अरब राष्ट्रांच्या ध्वजावर चंद्रकोर हे सन्मान चिन्ह असते. साहजिकच नॉस्त्रादेमसने अरबवंशी अतिरेक्यांसाठी चंद्रकोर (Crescent) हा संकेत वापरला आहे.

चंद्रकोरीचा पराभव म्हणजे पौर्वात्य अतिरेकी सैन्याचा पराभव. हा पराभव करताना बलाढ्य पाश्चिमात्य युतीचे भागीदार रशिया-अमेरिका एकमेकांपासून दूर नसतील, म्हणजे हा पराभव करण्यावर दोघांचे ठाम एकमत असेल.

या भयानक युद्धाच्या काळात साऱ्याच युरोपीय देशांच्या सीमेवर भीतीचे सावट सतत पसरलेले असेल आणि युद्धजन्य परिस्थितीमुळे दुष्काळ, रोगराई वगैरे असणारच. फ्रान्सलादेखील हा तडाखा यापूर्वीच बसलेला असेल.

नॉस्त्रादेमसने 'सेंच्युरीज' या ग्रंथाची जन्मभूमी असा फ्रान्सचा काव्यमय उल्लेख केला आहे.

फ्रान्सच्या दक्षिण किनाऱ्यावर विशेषत: भीतीचे साम्राज्य पसरलेले असेल कारण त्या भूमध्य समुद्राकडूनच अतिरेक्यांनी फ्रान्सवर सतत हल्ले केले होते.

पहिल्या ओळीतील 'चंद्रकोरीचा पराभव' हे शब्द अत्यंत महत्त्वाचे आहेत, हे सांगण्याची आवश्यकता नाही.

‘पूर्वेला नुकसान भोगावे लागेल’

‘सेंच्युरीज’ हा ग्रंथ वाचताना हे भविष्यकथन आहे की इतिहासकथन आहे असा प्रश्न मनात नेहमीच तरळून जातो. गेल्या चारशे वर्षांत त्याने कथन केलेली सुमारे साडेतीनशे भाकीते अगदी तंतोतंत प्रत्ययाला आली. त्यांत भारताबद्दलही काही भाकीते आहेत. त्याच्या काळात फ्रान्सपासून हजारो मैल दूर असलेला भारत काही बोटांवर मोजता येणाऱ्या लोकांना आणि तोही ऐकूनच माहीत होता, पण नॉस्त्रादेमसला भारत दिसत होता. इतकेच नव्हे, तेथे घडणाऱ्या लहान-मोठ्या घटनादेखील दिसत होत्या. मोगल सम्राट बहादुरशाह ‘जफ़र’, राणी लक्ष्मीबाई, नेताजी सुभाषचंद्र बोस, भूतपूर्व पंतप्रधान जवाहरलालजी, इंदिराजी, राजीव गांधी, चंद्रशेखरजी वगैरेंबद्दल कल्पनातीत स्पष्ट भाकीते आहेत. त्यांच्या बारीकसारीक हालचालींबाबतही भविष्यकथन केलेले आढळते. वानगीदाखल आठव्या शतकातील त्र्याहत्तरावी चतुष्पदी पाहा –

“...अतिरेकी सैनिक अकस्मात राजावर आघात करील...
तसा राजा मृत्यूपासून फार दूर नाहीच...
पाशवी अतिरेकी कारवाया त्या मृत्यूमागे असतील...
सारा देश आणि कारस्थानात सामील झालेलेही पश्चात्ताप पावतील...”

श्रीलंका येथील मानवंदना स्वीकारताना एका सिंहली सैनिकाने रांगेतून बाहेर येऊन पंतप्रधान राजीवजींवर बंदुकीने प्रहार केला. ही गोष्ट सर्वांच्या स्मरणात असेल. या घटनेमुळेच भारताने श्रीलंकेला मदत देणे बंद केले आणि परिणामी तेथे स्थायिक झालेल्या तमिळ विद्रोहवाद्यांना मदत मिळणे अशक्य झाले, हा इतिहास आहे. नॉस्त्रादेमस हे सर्व चारशे वर्षे अगोदरच पाहू शकतो? मुंबई हे महाराष्ट्रातील आणि भारतातील नावारूपाला आलेले शहर. या अत्यंत प्रगत शहराचा इतिहास पाहिला तर मुंबई ही सात वेगवेगळी बेटे होती आणि या लहान-मोठ्या बेटांवर सत्ता अशी कुणाचीच नव्हती. बेटांवर फक्त मच्छीमार कोळ्यांची वस्ती होती. सोळाव्या शतकात मसाल्याचे पदार्थ आणि सुवर्णाच्या लालसेने भर समुद्रात गलबते हाकारणाऱ्या पोर्तुगीज नाविकांनी इ. स. १५३५मध्ये आपली सत्ता प्रस्थापित केली. त्यानंतर सुमारे सव्वाशे वर्षांनी म्हणजे इ. स. १६६५मध्ये राजघराण्यातील विवाहात इंग्रज राजपुत्राला ही बेटे आंदण म्हणून भेट देण्यात आली. तेव्हापासून इ. स. १९४७ -पर्यंत मुंबईवर इंग्रजांचा अंमल होता. भरभराटीला आलेल्या मुंबई शहरात देशाच्या कोनाकोपऱ्यांतील कलावंत येऊन स्थायिक झाले. मुंबई हे कलावंतांचे माहेरघरच बनले, परंतु दुर्दैवाने त्याचबरोबर अनेक दुर्जन आणि विकृत मनोवृत्तीची माणसे येऊन नको ते उपद्‌व्याप करू लागली आणि शासन त्यांबाबत अगदी ढिले राहिले. अतिरेकी कारवाया वाढत गेल्या, हा इतिहास

आहे. नॉस्त्रादेमसच्या चौथ्या शतकातील सोळावी चतुष्पदी सांगते –

"त्या स्वतंत्र (बेटांच्या) नगरीला गुलाम बनविले जाईल...
कलावंतांचे माहेरघर अन् गुन्हेगारांचे वसतिस्थान असेल...
शासन आणि कायद्याची कुणालाच भीती वाटत नसेल...
गुन्हेगारांच्या संख्येत सतत वाढ होत असेल..."

मुंबईत अतिरेक्यांच्या कारवाया पराकोटीला जाऊन पोहोचल्या. खंडणी, हप्ता ही नित्याची बाब झाली. सिनेक्षेत्रात नको ती माणसे घुसली. कलामूल्यांचे वाटोळे तर झालेच, पण दिवसाढवळ्या खून पडू लागले आणि नंतर यांवर कळस की काय म्हणून घडवून आणलेले बॉम्बस्फोट कुणीही विसरू शकत नाही.

नॉस्त्रादेमसने भाकीत केलेल्या तिसऱ्या महायुद्धात जगातील सारेच देश ओढले जातील. भारताचे शेजारी तर त्या भीषण नाट्यात खलनायकाची भूमिका वठवीत आहेत. तेव्हा भारताला तटस्थ राहणे शक्य होणार नाही. कारण युद्धाची झळ भारतापर्यंत येऊन पोहोचणार आहेच आणि त्याहीपेक्षा स्वत:च्या उपद्व्यापांनी निकृष्ट दशेला येऊन पोहोचलेल्या या भारताच्या शेजाऱ्यांना लोकशाही पद्धतीने सुखासमाधानात राहणाऱ्या भारताचा अतोनात मत्सर वाटतो. भारतात येऊन घातपाती कारवाया करणारे अतिरेकी केवळ भारत–द्वेषाने पछाडलेले आहेत. सांहजिकच त्यांच्याविरुद्ध उपाययोजना करताना युद्धपातळीवरच काम करावे लागणार. किंबहुना अघोषित युद्ध लढावे लागणार आहे.

भारत अभावितपणे या तिसऱ्या महायुद्धात ओढला जाईल आणि त्याला कारण या अतिरेक्यांची घुसखोरी आणि घातपाती कारवाया. प्रारंभीच्या काळात भारताचे नेतृत्व अगदीच सुमार दर्जाचे आणि यथातथाच असेल. परंतु भारताची नियतीच अशी आहे की त्याबद्दल परमेश्वराचे आभार मानावे तितके थोडेच आहेत. केवळ नशिबाने म्हणा अगर काळाची गरज म्हणून असेल, परंतु भारतात जागतिक कीर्तीचा कर्तृत्ववान नेता निर्माण होईल आणि '...संभवामि युगे युगे' ही श्रीमद् भगवद्गीतेतील उक्ती प्रत्ययाला येईल. नॉस्त्रादेमसने पाच-सहा वेगवेगळ्या चतुष्पदींमध्ये या महान कर्तृत्ववान भारतीय नेत्याचे वर्णन केले आहे. हा नेता भारताला जगातील महासत्ता बनवील. नॉस्त्रादेमसच्या पहिल्या शतकातील पन्नासावी चतुष्पदी सांगते –

"...तीन जलराशींच्या प्रभावाखाली जन्मलेला असेल...
गुरुवार हा सुटीचा दिवस म्हणून घोषित करील...
कीर्ती आंणि सत्ता जमिनीवर, समुद्रावर पसरत जाईल...
पूर्वेला खूप नुकसान सोसावे लागेल..."

पहिल्या ओळीतील 'जलराशी' या ज्योतिषशास्त्रातील राशी असतील किंवा

काही जाणकार समीक्षकांच्या मते भारताभोवतीचे तीन समुद्र असू शकतील. गुरुवार हा अत्यंत स्पष्ट संकेत आहे. सनातन हिंदू धर्माखेरीज इतर कोणत्याही धर्मात गुरुवार हा ईशोपासनेचा दिवस मानलेला नाही. तिसऱ्या ओळीचे स्पष्टीकरण देण्याचे कारणच नाही. चौथ्या ओळीतील 'पूर्व' हा शब्द आणि त्यातील संकेत चीनकडे अंगुलीनिर्देश करतो.

या भारतीय नेत्याचे कर्तृत्व साधारणत: इ. स. २०२०च्या सुमारास प्रकट व्हावे.

नव्या भारतीय नेत्याचा उदय

नॉस्त्रादेमसने सांगितल्याप्रमाणे या नव्या भारतीय नेत्याचा उदय झाल्यानंतर भारताला थोडे बरे दिवस येतील. हा नेता अतिशय कर्तृत्ववान असेल. जितका उत्तम योद्धा असेल तितकाच उत्तम वक्ताही असेल आणि स्वाभाविकच त्याची लोकांवर विलक्षण छाप पडेल. त्याचे नाव शायरेन, शिरेन किंवा क्रिशन, किरण (Chyren) असे काहीतरी असेल. नॉस्त्रादेमसच्या सहाव्या शतकातील सत्तरावी चतुष्पदी सांगते –

"...महान शायरेन जागतिक नेता होईल...
लोक प्रथम प्रेम करतील, नंतर घाबरतील...
त्याची कीर्ती आणि विश्वास स्वर्गातही पोहोचेल...
त्याला स्वत:ला जगज्जेता म्हणवून घेणे आवडेल..."

नॉस्त्रादेमसच्या मतानुसार हा भारतीय नेता महायुद्धात सहभागी होण्यास फारसा उत्सुक नसेल. परंतु, शेवटी युद्धाची झळ भारताला लागल्याशिवाय राहणार नाही. साहजिकच हा भारतीय नेता आपल्या सर्व सामर्थ्यानिशी युद्धात उतरेल. प्रथम तो मध्यपूर्वेतील अतिरेक्यांचा पाडाव करण्यावर लक्ष केंद्रित करील. या वेळी मध्यपूर्वेतील अतिरेकी इराणवर ताबा मिळवून तुर्कस्तान, ग्रीस, इटली, बाल्कन राष्ट्रे, पोलंड या भागांत पोहोचलेले असतील. त्या वेळी हा नेता त्याच मार्गाने त्यांचा पाठलाग करील.

पाचव्या शतकातील सत्ताविसावी चतुष्पदी सांगते –

"...भयानक शस्त्रास्त्रे घेऊन तो पर्शियातून येईल...
बाल्कन राष्ट्रे, ग्रीस, इटली पादाक्रांत करील...
या युद्धातील भयानक रक्तपातामुळे
ॲड्रिॲटिक समुद्र अतिरेकी रक्ताने लाल होईल..."

ग्रीसजवळच्या भूमध्य समुद्राच्या भागाला ॲड्रिॲटिक समुद्र म्हणूनही संबोधले जाते. यामुळे युरोपचा दक्षिणपूर्व भाग, विशेषत: ग्रीस-इटली हे प्राचीन देश हे युद्ध-क्षेत्र असेल, असा तर्क करता येईल.

हा भारतीय नेता मध्यपूर्वेतून युरोपकडे जाईल आणि पुन्हा मध्यपूर्वेत अतिरेक्यांची

गडबड चालू होईल. तेव्हा त्यांचा संपूर्ण बंदोबस्त करणे फारच आवश्यक ठरेल. त्या संदर्भात पहिल्या शतकातील पंचावन्नावी चतुष्पदी सांगते –

"मध्यपूर्वेत बाबिलोन सन्मुख भूमीवर रक्ताचा सडा शिंपला जाईल...
जमीन, सागर, हवेतून हल्ला केला जाईल...
भयानक प्राणहानी, दैवी अतिरेक होत आहे असे भासेल...
सर्वत्र दुष्काळ, उपासमार आणि रोगराई पसरेल..."

प्राचीन काळात इजिप्तचा परिसर हा बाबिलोनिया म्हणून ओळखला जात असे. तेव्हा हे युद्ध कोठे लढले जाईल हे सांगण्याची आवश्यकताच नाही. ग्रहगणिताप्रमाणे या युद्धाचा काळ इ. स. २०२० ते २०२५ या दरम्यान संभवतो. तिसऱ्या महायुद्धाच्या अखेरच्या काळातच या भारतीय नेत्याचा उदयकाल आहे आणि युद्धाच्या त्या कालावधीत बहुतेक त्याच्याच हालचाली या महत्त्वाच्या आहेत. कारण युद्धाला कलाटणी देणाऱ्या त्याच हालचाली ठरतील.

आजवर नॉस्त्रादेमसची सारी भाकीते तंतोतंत प्रत्ययाला येत असताना यापुढली भाकीते त्याचप्रमाणे प्रत्ययाला येतील, असे मानावयाला हरकत नाही. परंतु आजमितीला भारताचे नेतृत्व आणि अतिरेक्यांकडून सतत होत असलेली परवड पाहताना खरोखरच आमचा देश इतका बलाढ्य होईल का, याबद्दल मन साशंक झाल्यावाचून राहात नाही. काय होणार आहे हे काळच ठरवील.

सागराच्या नावाचा धर्म येईल

भारतीय नेत्याच्यायुद्धातील पदार्पणामुळे युद्धाला मोठीच कलाटणी मिळेल.ताज्या दमाचे लष्कर पूर्णपणे शस्त्रास्त्रसज्ज होऊन युद्धात उतरल्यामुळे पौर्वात्यअतिरेक्यांच्या अरब-चिनी फौजांविरुद्ध सतत लढून थकलेल्या आणि कशीबशी तग धरून राहिलेल्या पाश्चिमात्यांच्या लष्कराला मोठाच दिलासा मिळेल. नव्या दमाचा भारतीय नेताअतिरेक्यांच्या फौजांचा पुरता पाडावा करील. यासंबंधात नॉस्त्रादेमसच्या दहाव्या शतकातील शहाण्णव क्रमांकाचा चतुष्पदी सांगते –

"...सागराच्या नावाचा धर्म येईल...
अदालुन कलिफच्या पुत्राला पराभूत करील...
हट्टी आडमुठ्या स्वभावाचे आकाशातील पित्याचे पुत्र... 'अलिफ' आणि 'अलिफ' दुःखी आणि हतवीर्य होतील..."

या चतुष्पदीच्या पहिल्या ओळीतील 'सागराच्या नावाचा धर्म' या संकेताची उकल करणे फारसे अवघड नाही. 'सागर' म्हणजे 'सिंधू' आणि सिंधूपासून हिंदू हे रूपांतरण

(Anagram) शोधून काढणे फार बुद्धिमत्तेचे काम नाही. दुसऱ्या ओळीतील दोन अरेबिक–हिब्रू शब्दांची तरकीब (जोडशब्द) आहे अदालुन कलिफ. अदालुन म्हणजे आकाश आणि कलिफ म्हणजे सत्ता. म्हणजेच अदालुन कलिफ या शब्दाचा अर्थ आकाशातील सर्व सत्ताधारी म्हणजेच 'आकाशातील पिता' अथवा 'ईश्वर.' आता त्याचे पुत्र कोण हे सांगण्याची आवश्यकता नाही. पहिल्या दोन ओळींचा काहीसा कूट अर्थ असा लावता येईल की युद्धात पदार्पण करणारा ताज्या दमाचा भारतीय नेता मध्यपूर्वेतील अतिरेकी अरब आणि चिनी फौजांचा पाडाव करील. हा अर्थ ध्यानात आल्यानंतर तिसऱ्या ओळीचा अर्थ सांगण्याची आवश्यकता नाही. चौथ्या ओळीतील 'अलेफ' किंवा 'अलिफ' हे अरबी आणि हिब्रू वर्णमालेतील पहिले अक्षर. अलिफ म्हणजे 'अ'. आता चौथ्या ओळीत 'अ' आणि 'अ' दु:खी होतील याचा संकेत अरब राष्ट्रे आणि अमेरिका या युद्धात अतोनात हानी झाल्यामुळे दु:खी होतील असा असावा.

पराभूत झालेल्या मध्यपूर्वेतील अरब आणि चिनी फौजा निराश हतवीर्य होऊन मायदेशाकडे परत वळवतील. परंतु या सर्व घटना केव्हा घडून येतील हे पाहण्यासाठी त्याला कारणीभूत होणाऱ्या ग्रहभ्रमण स्थितीचा अभ्यास आणि अंदाज घेणे आवश्यक ठरते.

या चतुष्पदीला पूरक अशी आणि त्या संदर्भातील ग्रहस्थिती वर्णन करणारी नॉस्त्रादेमसच्या सहाव्या शतकातील चोविसावी चतुष्पदी सांगते–

"...शनी आणि मंगळ या ग्रहांची युती होईल...
कर्क राशी स्वामीचे चिन्ह मिरविणाऱ्या फौजा पराभूत होऊन माघारी वळतील...
नंतर बराच काळ शांतता नांदत राहील..."

या चतुष्पदीतील सर्वांत महत्त्वाचे शब्द म्हणजे पहिल्या ओळीत सांगितलेली शनी आणि मंगळ या ग्रहांची युती (Conjunction) ग्रहभ्रमण स्थितीप्रमाणे अंदाज घेतला तर ही शनी-मंगळ युती प्रथम इ. स. २०२४ मध्ये आणि नंतर पुन्हा इ. स. २०२८ मध्ये होताना दिसते. आणि नेमकी हीच वेळ या तिसऱ्या महायुद्धाच्या समाप्तीची वेळ आहे, असे इतर अनेक चतुष्पदींच्या अर्थावरून स्पष्ट झाले आहे. दुसऱ्या ओळीत कर्क राशीचा उल्लेख आहे. कर्क राशीचा स्वामी चंद्र. तेव्हा दुसऱ्या ओळीतील संकेताचा अर्थ चंद्रकोरीचे सन्मानचिन्ह मिरविणाऱ्या मध्यपूर्वेतील अतिरेकी अरब राष्ट्रांच्या फौजा (आणि त्यांचे भागीदार चिनी लष्कर) पराभूत होऊन माघारी वळतील असा अर्थ लावता येईल. तिसऱ्या ओळीतील विश्वनेता म्हणजे बहुधा संयुक्त राष्ट्रसंघाचा (UNO) अध्यक्ष असेल. आणि चौथी ओळ फारच महत्त्वाची माहिती विशद करते – ती म्हणजे या प्रदीर्घ अतिरेकी उच्छादाच्या कालावधीनंतर जगात बराच काळ शांतता नांदेल. शांतता या शब्दाचा उच्चारदेखील केवढा तरी दिलासा देऊन जातो. □

“

३२.

गंगा खोऱ्यात युद्ध पेटेल

”

नॉस्त्रादेमसने वर्णन केलेला जागतिक कर्तृत्वाचा भारतीय नेता आणखी काही चतुष्पदींचाही नायक असल्याचे आढळते. त्याच्या नावाबद्दल कल्पना देणारी चतुष्पदी आणि त्याचे संभाव्य नाव यांचा संदर्भ येऊन गेला आहे. शायरेन, शिरीन किंवा किरण असे काहीसे हे नाव असेल. त्यात आणखी भर घालणारी, थोडी अधिक कल्पना देणारी चतुष्पदी नॉस्त्रादेमसच्या पहिल्या शतकात ७६व्या क्रमांकावर आढळते. ही ७६वी चतुष्पदी सांगते–

“...त्याचे काहीतरी जंगली नाव असेल...
तीन देवता भगिनी नियतीकडून त्याचे नाव प्राप्त करून घेतील...
अर्थात तो फार मोठा वक्ता असेल, कर्तृत्व गाजवील आणि...
सर्व विश्वात कीर्तिमान होईल...”

या पहिल्या ओळीत रानटी-जंगली श्वापदाचे नाव असल्याचे ध्वनित केले आहे. आपल्या भारतीय परंपरेत कोणत्याही नावाला उपपद लावून नाव देण्याची प्रथा आहे. उदाहरणार्थ – कुमारसिंह, रणजितसिंह, सत्पालसिंह वगैरे. त्यामुळे हे नाव काहीतरी क्रिशनसिंह, किरणसिंह अथवा तत्सम काहीतरी असण्याची शक्यता आहे.

उत्तर भारतात पंजाब, उत्तर प्रदेश, राजस्थान, बिहार, ओरिसा त्याचप्रमाणे मध्य प्रदेशातही नावामागे ‘सिंह’ हे जंगली प्राण्याचे नाव लावण्याची प्रथा आहे. फार काय महाराष्ट्रातील खानदानी परंपरा असलेल्या कुटुंबांतूनही अशी नावे आढळतात. परंतु

ही शक्यता उत्तर भारताकडेच अधिक अंगुलीनिर्देश करते.

या संदर्भात दुसऱ्या एका चतुष्पदीत नॉस्त्रादेमस म्हणतो, की हा भारतीय नेता पाच नद्यांच्या परिसरातून येईल. पूर्वापार कल्पनेनुसार पाच नद्यांचा प्रवेश म्हणजे पंजाब आणि पंजाबात सिंग किंवा सिंह ही उपाधी नावामागे जोडला जाते. परंतु आज पंजाबातील एक-दोन नद्या पाकिस्तानात गेल्या आहेत आणि महाराष्ट्रातदेखील पाच नद्या आहेत. तेव्हा आणखी एखादा सूचक संकेत मिळाल्यावाचून त्याबाबत निश्चित काही सांगणे योग्य होणार नाही.

दुसऱ्या ओळीतील तीन देवता भगिनी, ही कल्पना ग्रीक पुराणातील गोष्टीवर आधारलेली आहे. आपल्याकडे जशी सटवाई येऊन नवजात अर्भकाच्या ललाटावर त्याचा भाग्यलेख लिहिते, तशाच या तीन देवता नवजात अर्भकाच्या नियतीचे जाळे विणून तयार करतात. अशी ग्रीक कल्पना आहे. प्राचीन परंपरा असलेल्या युरोपियन देशांत ग्रीक पुराणातील गोष्टींचा खूपच पगडा आढळतो. नॉस्त्रादेमसच्या कल्पनेनुसार या तीन भगिनी त्याचे नाव आणि आयुष्यभराचे कर्तृत्व याचा संपूर्ण भाग्यलेख तयार करतील. तिसऱ्या आणि चौथ्या ओळीचा अर्थ स्पष्ट करण्याची आवश्यकता नाही.

मध्यपूर्वेत पराभूत होऊन माघार घेणारे अरब अतिरेकी आणि चिनी सैन्य माघार घेऊन मायदेशी परतण्याचा प्रयत्न करील, हा संदर्भ येऊन गेला आहे. युद्ध आता शेवटच्या कक्षेत येऊन पोहोचलेले असेल. चिनी सैन्य मध्यपूर्वेतून अतिपूर्वेकडे स्वत:च्या देशात जाण्याचा प्रयत्न करील. मध्य आशियातील बेचिराख झालेल्या वाळवंटाऐवजी ते कदाचित भारतातून, ब्रह्मदेशातून प्रवास करीत मायदेशाकडे जाण्याचा यत्न करतील.

भारताचा वायव्य भाग म्हणजे काश्मीर, पंजाब, राजस्थान आणि काही प्रमाणात कच्छ, काठेवाड, गुजराथ या प्रदेशांना महायुद्धाची झळ पोहोचणार आहे हा संदर्भ येऊन गेला आहे. आता हे सैन्य माघार घेत असताना भारतीय नेता त्यांचा पाठलाग करीत त्यांना अतिपूर्वेकडे पिटाळून लावील. या संदर्भात नॉस्त्रादेमसच्या चौथ्या शतकातील ५१वी चतुष्पदी सांगते–

"...पाठलागासाठी उत्सुक झालेला नेता त्यांना गाठेल
त्यांची फळी फोडून आत घुसेल
पळणाऱ्यांची मार्गक्रमणा थंडावेल
शेवटी ते उलटतील आणि गंगा खोऱ्यात युद्ध पेटेल".

नॉस्त्रादेमसने चौथ्या ओळीत Ganges गंगा हाच शब्द वापरला आहे. मात्र काही पाश्चात्य समीक्षकांच्या मते गंगा म्हणजे दक्षिण फ्रान्समधील मॉन्टेपोलिअर शहराजवळचा परिसर. हे मत योग्य मानले तर पौर्वात्य अतिरेकी सेना मध्यपूर्वेतून

माघार घेताना पश्चिम युरोपातील फ्रान्स या देशात माघार घेतील हा संदर्भ पटत नाही आणि गंगा ही जगातील फार मोठी नदी अस्तित्वात असताना त्या नावाचा संकेत कोणत्या तरी दुसऱ्या परिसराचा उल्लेख करण्यासाठी केला जाईल, असे वाटत नाही.

(या तिसऱ्या महायुद्धानंतर साधारणतः) इ. स. २०२६नंतर शांती, समृद्धीचा कालावधी सुरू होईल.

नॉस्त्रादेमसने कथन केलेल्या सात चांद्रचक्रांपैकी सातवे चांद्रचक्र इ. स. ३६४९ साली सुरू होते आणि इ. स. ३७९७ सालापर्यंत त्याचा कालावधी राहील. या शेवटच्या चांद्रचक्रात चौथे आणि शेवटचे महायुद्ध इ. स. ३७९० सालाच्या आसपास सुरू होईल आणि त्यात बहुतेक सर्व जगाचा नायनाट होईल. फारच थोडे प्राणी आणि वनस्पती वाचतील. कदाचित काही मूठभर मानवही वाचतील. परंतु मानवसंस्कृती पूर्णतः नष्ट झालेली असेल आणि या वाचलेल्या मूठभर मानवांना पुन्हा पहिल्यापासून सर्व सृष्टीचे नवनिर्माण करावे लागेल.

अर्थात त्या फार दूरच्या, म्हणजे आजपासून सुमारे दोन हजार वर्षांनी घडणाऱ्या गोष्टी आहेत. त्याची चिंता आपण कशासाठी करावी?

□